ಪೂಜ್ಯನೀಯು

'ಪುರಾಣ ಬರಹಗಾರ್ತಿ' ಎಸ್.ವಿ. ನಾಗರತ್ನಮ್ಮ

Text and Photos Compiled and Edited by

S V UPENDRA CHARYA

INDIA · SINGAPORE · MALAYSIA

Copyright © S V Upendra Charya 2022
All Rights Reserved.

ISBN
Paperback: 979-8-88749-983-3
Hardcase: 979-8-88805-407-9

(1)

ಪೂಜ್ಯನೀಯ "ಪುರಾಣ ಬರಹಗಾರ್ತಿ" ಎಸ್.ವಿ. ನಾಗರತ್ನಮ್ಮ

'ಪುರಾಣ ಬರಹಗಾರ್ತಿ' ಯಂದೆ ಓದುಗರಿಗೆ ಚಿರಪರಿಚಿತರಾಗಿದ್ದ, ಅಧ್ಯಾತ್ಮಿಕ ವಿಷಯಗಳ ಬಗ್ಗೆ ಸರಳಗನ್ನಡದಲ್ಲಿ ಹತ್ತಾರು ಪುಸ್ತಕಗಳನ್ನು ಬರೆದಿರುವ ಬೆಂಗಳೂರಿನ ಎಸ್.ವಿ.ನಾಗರತ್ನಮ್ಮನವರು (1927–2001) ತಮ್ಮ ಸಾರ್ಥಕ ಬದುಕಿನ ಕೊನೆ ದಿನಗಳಲ್ಲೂ ಸಹ ಬರೆಯುತ್ತಲೇ ಇದ್ದರು.

ಎಸ್.ವಿ.ನಾಗರತ್ನಮ್ಮನವರು ಬರೆದ ಅನೇಕ ಧಾರ್ಮಿಕ ಕೃತಿಗಳಲ್ಲಿ, 'ಶ್ರೀ ಸಾಮಾನ್ಯನಿಗೆ ಮಹಾಭಾರತ', 'ಶ್ರೀಮದ್ರಾಮಾಯಣ ಸಂಗ್ರಹಮಾಲ', 'ಭಾಗವತ ರಸಾಯನ', 'ಶರಣ ಪ್ರಭೆ' 'ಶ್ರೀಹರಿವಂಶಾಮೃತ ಕಥಾ ಕಲಶ', ಶ್ರೀ ಜಯತೀರ್ಥರು' 'ಶ್ರೀಮದ್ಬರಾಜರ ಮನೋರಂಜಕ ಮಹಿಮೆ', 'ಶ್ರೀಮಾಧವನ ಮಧುಚರಿತ್ರಾ ಮಹದ್ದರ್ಶನ' ಜನಪ್ರಿಯ ಪ್ರಕಟಣೆಗಳು.

ಹತ್ತು ವರ್ಷಗಳ ಕಾಲ ಮೂಲಗ್ರಂಥಗಳನ್ನು ಓದಿ, ಪಾಠ ಪ್ರವಚನಗಳನ್ನು ಕೇಳಿ ನಾಗರತ್ನಮ್ಮನವರು ಬರೆದ ಮೊಟ್ಟ ಮೊದಲ ಪುಸ್ತಕ, 'ಶ್ರೀ ಸಾಮಾನ್ಯನಿಗೆ ಮಹಾಭಾರತ' ಕೃತಿ ನಾಡಿನ ಹೆಸರಾಂತ ಸಾಹಿತಿಗಳಾದ ಶ್ರೀ ಗೋರೂರು ರಾಮಸ್ವಾಮಿ ಅಯ್ಯಂಗಾರ್ 1982 ರಲ್ಲಿ ಬಿಡುಗಡೆ ಮಾಡಿದರು. ಸುಮಾರು 800 ಪುಟಗಳ, ಗದ್ಯರೂಪ ಸರಳಗನ್ನಡದಲ್ಲಿ ಬರೆದಿರುವ ಈ ಪ್ರಪ್ರಥಮ ಕೃತಿಗೆ ಓದುಗರಿಂದ ಸಿಕ್ಕ ಒಳ್ಳೆಯ ಪ್ರತಿಕ್ರಿಯೆ – ಪ್ರಶಂಸೆಗಳು ನಾಗರತ್ನಮ್ಮನವರಿಗೆ ಮುಂದೆ ಅನೇಕ ಗ್ರಂಥಗಳನ್ನು ಬರೆಯಲು ಸ್ಫೂರ್ತಿಯಾಯಿತು.

"ಪ್ರಕಟಣೆ,ಪುರಸ್ಕಾರಗಳಿಗಾಗಿ ನಾನು ಬರೆಯುತ್ತಿಲ್ಲ,ಬರವಣಿಗೆ ನನ್ನ ನಿತ್ಯಪೂಜೆ,

ನನ್ನದು ಇಬ್ಬರು ಹೆಣ್ಣುಮಕ್ಕಳು, ನಾಲ್ಕು ಗಂಡುಮಕ್ಕಳು, ಮೊಮ್ಮಕ್ಕಳಿರುವ ದೊಡ್ಡ ಕುಟುಂಬ, ನನ್ನ ಓದು, ಬರವಣಿಗೆಗಳ ಜತೆಗೆ ಮನೆ ಕೆಲಸ ಕಾರ್ಯಗಳು ಬಿಡುವಂತಿಲ್ಲ, ನಾನು ಯಾವ ಡಿಗ್ರಿ, ಡಾಕ್ಟರೇಟುಗಳನ್ನು ಪಡೆದಿಲ್ಲ, ಪುಸ್ತಕಗಳನ್ನು ಬರೆಯಲಿಕ್ಕೆ ಕಾಲೇಜು

ಡಿಗ್ರಿಗಳ ಅಗತ್ಯವೇನಿಲ್ಲ" ಇದು ಎಸ್.ವಿ.ನಾಗರತ್ನಮ್ಮನವರು ಒಂದು ಪತ್ರಿಕಾ ಸಂದರ್ಶನದಲ್ಲಿ ಹೇಳಿದ ಮಾತುಗಳು. ಈ ಹಿರಿಯ ಲೇಖಿಕೆ ಬರೆದ ಪುಸ್ತಕಗಳು ಪ್ರಕಟವಾದ ವರ್ಷಗಳಲ್ಲಿ ಕರ್ಮವೀರ ಮತ್ತು ಅನೇಕ ಪತ್ರಿಕೆಗಳಲ್ಲಿ, ಇವರ ಕೃತಿ ವಿಮರ್ಶೆ, ವ್ಯಕ್ತಿ ಪರಿಚಯ ಮತ್ತು ಸಂದರ್ಶನ ಲೇಖನಗಳು ಪ್ರಕಟವಾಗಿವೆ.

ಶ್ರೀಮತಿ ನಾಗರತ್ನಮ್ಮನವರ ಹುಟ್ಟೂರು ಶಿವಮೊಗ್ಗ ಜಿಲ್ಲೆಯ ಸಾಗರ, ಶ್ರೀ ನವರತ್ನರಾಮರಾಯರ ದೊಡ್ಡಪ್ಪನ ಮಗ ಶ್ರೀ ಎನ್. ಅನಂತಸ್ವಾಮಿ ರಾಯರು ಇವರ ತಂದೆ ನಾಗರತ್ನಮ್ಮನವರ ತಾಯಿ ತುಂಗಾಬಾಯಿ ತೀರ್ಥಹಳ್ಳಿಯವರು ಶಿವಗಂಗೆ ಬಳಿ ಇರುವ ಶ್ರೀಗಿರಿಪುರದ ವೇದವ್ಯಾಸಚಾರ್ ಇವರ ಪತಿ ಅವರದ್ದು ಮಕ್ಕಳು ಮೊಮ್ಮಕ್ಕಳಿದ್ದ ದೊಡ್ಡ ಅವಿಭಕ್ತ ಕುಟುಂಬ ಇವರು 1960–65 ರಲ್ಲಿ ಹಳ್ಳಿಬಿಟ್ಟು ಬಿಟ್ಟು ಬೆಂಗಳೂರಿಗೆ ಬರಬೇಕಾಯಿತು. ಬೆಂಗಳೂರು, ರಾಜಾಜಿನಗರದ, ಕನ್ನಡ ಸಹೃದಯರ ಸಂಘದ ಆಶ್ರಯದಲ್ಲಿ ಪ್ರತಿ ಸಂಜೆ ನಡೆಯುತ್ತಿದ್ದ ಹರಿಕಥೆ– ಪ್ರವಚನಗಳನ್ನು ತಪ್ಪದೆ ಕೇಳುವುದು ನಾಗರತ್ನಮ್ಮನವರಿಗೆ ಸುಮಾರು ಇಪ್ಪತ್ತು ವರ್ಷ ದಿನನಿತ್ಯದ ಪ್ರಿಯವಾದ ಕಾಯಕವಾಗಿತ್ತು. ಎಸ್.ವಿ.ನಾಗರತ್ನಮ್ಮನವರು ವಿಧಿವಶರಾಗಿ ಇಂದಿಗೆ 21 ವರ್ಷಗಳಾಯಿತು (17.08.2000)

ಸರ್ವದೇವ ಶ್ರೇಷ್ಠರಾದ ಶ್ರೀವೇದವ್ಯಾಸರಿಂದ ಮೂಡಿಬಂದಿರುವ ಶ್ರೀಹರಿವಂಶ ಚರಿತ್ರೆಯು ಪುಣ್ಯತಮವಾದದ್ದು.

ಇಂಥ ಮಹತ್ವಪೂರ್ಣ ಗ್ರಂಥವನ್ನು ದ್ವೈತಸಿದ್ಧಾಂತ ಸ್ಥಾಪನಾ ಚಾರ್ಯರುಗಳು ಗ್ರಂಥದಲ್ಲಿನ ನಿಗೂಢತೆಯನ್ನು ಸಮಸ್ತರೂ ಅರಿತುಕೊಳ್ಳುವ ರೀತಿಯಲ್ಲಿ ಶ್ರೋತ್ಯಗಳಿಗೆ ಎಟುಕುವ ರೀತಿಯಲ್ಲಿ ಜಗತ್ತಿಗೆ ನೀಡಿ ಉಪಕಾರ ಮಾಡಿದ್ದಾರೆ. ಶ್ರೀಮತಿ ಎಸ್. ನಾಗರತ್ನಮ್ಮನವರ ಕೃತಿಗೆ ಶ್ರೀಮದಾಚಾರ್ಯರಿಂದ ಒಡಮೂಡಿ ಬಂದ ಗ್ರಂಥಗಳ ಅನುವಾದಗಳ ಅವಲೋಕನವೇ ಮೂಲಪ್ರೇರಣೆ ಆಯಿತು. ಹರಿವಂಶಾಮೃತದ ಸಾರತತ್ವವನ್ನು ಅನೇಕರೀತಿಗಳಲ್ಲಿ ವ್ಯವಸಾಯ ಮಾಡಿ ಶ್ರೀಮತಿ ಎಸ್.ವಿ. ನಾಗರತ್ನಮ್ಮನವರು 'ಶ್ರೀಹರಿವಂಶಾಮೃತ ಕಥಾಕಲಶ' ಎಂಬ ಕೃತಿಯನ್ನು ರಚಿಸಿದ್ದಾರೆ ಇಂಥ ಶ್ರೇಷ್ಠಕೃತಿ ಮಹಿಳೆಯರಿಂದ ಕನ್ನಡ ಸಾಹಿತ್ಯಕ್ಕೆ ಲಭ್ಯವಾಗಿರುವುದು ಸಮಾಧಾನದ ಮಾತು.

ಕನ್ನಡ ಸಾಹಿತ್ಯಕ್ಕೆ 'ಶ್ರೀಸಾಮಾನ್ಯನಿಗೆ ಮಹಾಭಾರತ' 'ಶ್ರೀಮದ್ರಾಮಾಯಣ ಸಂಗ್ರಹಮಾಲ' ಹಾಗೂ ಭಕ್ತಿ ಪ್ರಧಾನವಾದ 'ಭಾಗವತ ರಸಾಯನ' ಮೊದಲಾದ ಉದ್ಬೋಧಕವಾದ ಕೃತಿಗಳನ್ನ ವಾಚಕರಿಗೆ ಇಟ್ಟಿದ್ದಾರೆ. ನಾಗರತ್ನಮ್ಮನವರ ಧಾಟಿ ಭಕ್ತಿ ಸಾಹಿತ್ಯಕ್ಕೆ ಪೂರಕವೆನಿಸಿದೆ. ಸರಳವಾದ ಸುಂದರವಾದ ಭಾವನೆಗಳಿಂದ ಒಡಗೂಡಿ ತತ್ವ ಚಿಂತಕರಿಕೆಗೆ ಅವರ ಶೈಲಿ ತುಂಬಾ ಪ್ರಭಾವಿಎನಿಸಿರುತ್ತದೆ.

ಶ್ರೀಮತಿ ಎಸ್.ವಿ.ನಾಗರತ್ನಮ್ಮನವರ ಸಿದ್ಧಹಸ್ತದಿಂದ ಇಂಥ ಅನೇಕ ಕೃತಿಗಳು ಹೊರಬರಲೆಂದು ಹಿರಿಯ ಸಾಹಿತಿಗಳೂ ಕೃತಿವರೇಣ್ಯರೂ ಆದ ಪೇಜಾವರಮಠದ ಸ್ವಾಮಿಗಳವರೂ ಆಶೀರ್ವದಿಸಿರುವುದು ಹೆಮ್ಮೆಯ ಮಾತೆನಿಸುತ್ತದೆ. ಶ್ರೀಹರವಂಶಾಮೃತಕಥಾಕಲಶ ಪ್ರತಿಯೊಬ್ಬರ ಮನೆಯಲ್ಲೂ ಮಂಗಲ ಕಲಶವಾಗಿ ಪೂಜೆಗೊಳ್ಳಲೆಂದು ಹಾರೈಸುತ್ತೇನೆ.

ಬೆಂಗಳೂರು   ಆದ್ಯ ರಾಮಾಚಾರ್ಯ

7-12-1997

(2)

ಕರ್ಮವೀರ 5–5–1996
ಪುರಾಣಗಳ ಬರಹಗಾರ್ತಿ
ನಾಗರತ್ನಮ್ಮ
ಸಂದರ್ಶನ: ಪದ್ಮಪ್ರಭ

ಸಾಮಾನ್ಯವಾಗಿ ಲೇಖಕಿಯರು ಸಾಮಾಜಿಕ ಹಾಗೂ ಕೌಟುಂಬಿಕ ಕಾದಂಬರಿಗಳ ರಚನಾಪ್ರಿಯರು. ಧಾರ್ಮಿಕ ಹಾಗೂ ಪೌರಾಣಿಕ ಕೃತಿಗಳನ್ನು ರಚಿಸುವ ಮಹಿಳೆಯರು ಬಹಳ ವಿರಳ. ಇದಕ್ಕೆ ಹೊರತಾಗಿರುವವರು ಶ್ರೀಮತಿ. ನಾಗರತ್ನಮ್ಮನವರು.

ಇವರು ಚಿಕ್ಕ ವಯಸ್ಸಿನಿಂದಲೇ ಹರಿಕಥೆ, ಉಪನ್ಯಾಸಗಳನ್ನು ಕೇಳಿ, ಅದರ ಮುಖ್ಯಾಂಶಗಳನ್ನು ಟಿಪ್ಪಣಿ ಮಾಡಿಕೊಳ್ಳುವ ಅಭ್ಯಾಸ ಮಾಡಿಕೊಂಡವರು. ಈ ಹವ್ಯಾಸವೇ ಮುಂದೆ ಇವರಿಗೆ ಕೃತಿಗಳನ್ನು ರಚಿಸಲು ಸ್ಫೂರ್ತಿಯಾಯಿತು. 73 ವರ್ಷದ ಇಳಿವಯಸ್ಸಿನಲ್ಲೂ ಇವರಿಗೆ ಬರೆಯುವ ಉತ್ಸಾಹ ಕುಂದಿಲ್ಲವೆಂಬುದಕ್ಕೆ ಪ್ರತಿದಿನ ಐದರಿಂದ ಆರು ಗಂಟೆಗಳ ಕಾಲ ಬರವಣಿಗೆಯಲ್ಲಿ ತೊಡಗಿರುವುದೇ ಸಾಕ್ಷಿ.

ಶ್ರೀಮತಿ. ನಾಗರತ್ನಮ್ಮನವರು ತಮ್ಮ ಬರವಣಿಗೆಯಲ್ಲಿ ಎಷ್ಟು ತಲ್ಲೀನರಾಗಿರುತ್ತಾ ರೆಂದರೆ, ಅವರನ್ನು ಸಂದರ್ಶಿಸಲು ಅವರ ಮನೆಗೆ ಹೋದಾಗ ಎದುರಿನಲ್ಲಿ ನಿಂತಿದ್ದರೂ ಸಹ ಯಾವ ಪರಿವೆಯೂ ಇಲ್ಲದೆ ಅವರು ಕಾರ್ಯೋನ್ಮುಖರಾಗಿದ್ದರು.

ಅವರ ಅನುಭವಗಳನ್ನು ಅವರ ಮಾತುಗಳಲ್ಲೇ ಅರಿಯೋಣ.

ನಮಸ್ಕಾರ ನಾಗರತ್ನಮ್ಮನವರೇ....

ನಮಸ್ಕಾರ.... ಕೂತ್ಕೊಳ್ಳಿ.

ನಾಗರತ್ನಮ್ಮನವರೇ, ಜನಪ್ರಿಯ ಸಾಹಿತ್ಯ ಪ್ರಕಾರಗಳನ್ನು ಬಿಟ್ಟು ಪೌರಾಣಿಕ ಕೃತಿಗಳನ್ನೇ ಏಕೆ ಆರಿಸಿಕೊಂಡಿರಿ?

ಪೌರಾಣಿಕ ಕೃತಿಗಳು ಜನಪ್ರಿಯ ಸಾಹಿತ್ಯ ಪ್ರಕಾರಗಳ ಪಟ್ಟಿಯಲ್ಲಿ ಇಲ್ಲವೆಂದು ಹೇಳಿದರೆ ತಪ್ಪಾಗುತ್ತದೆ. ಭಾಗವತ, ರಾಮಾಯಣ, ಬಾರತ ಮಹಾ ಕಾವ್ಯಗಳ ನಮ್ಮ ಸಂಸ್ಕೃತಿಯ ಪ್ರತೀಕಗಳು. ಅವು ಪುರಾಣ ಕಥೆಗಳೆಂದು ಹೇಳಿದರೂ ವಿಶ್ವಮಾನ್ಯತೆ ಪಡೆದಿರುವ ಮೇರು ಕಾವ್ಯಗಳು. ನಿಜ, ಲಘು ಕಥೆ, ಕವನಗಳಿಗೆ ಸಿಗುವ ಮನ್ನಣೆ ಪ್ರೋತ್ಸಾಹ, ಗಂಭೀರ ಅಥವಾ ಆಧ್ಯಾತ್ಮಿಕ ಬರವಣಿಗೆಗಳಿಗೆ ಸಿಗುವುದಿಲ್ಲ. ಆದರೆ ಓದುಗರಿಲ್ಲವೆಂದು ಬರಹಾಗರರು ತಮ್ಮ ಬರವಣಿಗೆಯನ್ನು ನಿಲ್ಲಿಸುವುದಿಲ್ಲ.

ನನ್ನ ಮಟ್ಟಿಗೆ ಹೇಳುವುದಾದರೆ ಮನೆ ಕೆಲಸ ಎಲ್ಲಾ ಜಂಜಾಟಗಳ ಮಧ್ಯೆ ದಿನದಲ್ಲಿ ಸುಮಾರು 6–7 ಗಂಟೆ ಬರವಣಿಗೆಯಲ್ಲಿ ಕಳೆಯುತ್ತದೆ. 20–25 ವರ್ಷಗಳಿಂದ ಬರಹದ ಕೆಲಸ ಅಭ್ಯಾಸಪೂರ್ವಕವಾಗಿ ಸಾಗುತ್ತಿದೆ. "ಶ್ರೀ ಸಾಮಾನ್ಯನಿಗೆ ಮಹಾಭಾರತ", "ಶ್ರೀ ಮದ್ರಾಮಾಯಣ ಸಂಗ್ರಹಮಾಲಾ" ಮತ್ತು 1995 ರಲ್ಲಿ ಮುದ್ರಿತವಾದ "ಭಾಗವತ ರಸಾಯನ" ನನ್ನ ಪ್ರಕಟಿತ ಕೃತಿಗಳು. ಈಗ ಹರಿವಂಶ ಬರೆಯುತ್ತಿದ್ದೇನೆ – ಅವರ ಉತ್ತರ ನಿರರ್ಗಳವಾಗಿ ಹರಿಯಿತು.

ನೀವು ಬರವಣಿಗೆಯಲ್ಲಿ ತಲ್ಲೀನರಾಗಿದ್ದಾಗ ಆಕಸ್ಮಿಕವಾಗಿ ಅತಿಥಿಗಳು ಬಂದರೆ ನಿಮ್ಮ ಪ್ರತಿಕ್ರಿಯೆ ಏನು? – ವಿಚಿತ್ರವೆನಿಸಿದರೂ ಈ ಪ್ರಶ್ನೆಗಳನ್ನು ನಾನು ಕೇಳಿಯೇ ಬಿಟ್ಟೆ?

ಬರೆಯಲು ಪ್ರಾರಂಭಿಸಿದರೆ ನನ್ನನ್ನು ನಾನೇ ಮರೆಯುತ್ತೇನೆ. ಎಷ್ಟೋ ಸಾರಿ ಅಡಿಗೆಮನೆಯಲ್ಲಿ ಹಾಲು ಒಲೆಯ ಮೇಲೆ ಉಕ್ಕುತ್ತಿರುತ್ತದೆ. ಕುಕ್ಕರ್ ಕೂಗುತ್ತಿರುತ್ತದೆ. ಮೊಮ್ಮಗಳು ಅಳುತ್ತಿರುತ್ತಾಳೆ, ಇದಾವುದೂ ನನ್ನ ಗಮನಕ್ಕೆ ಬಂದಿರುವುದಿಲ್ಲ. ಇದರ ಅನುಭವ ನಿಮಗೂ ಆಗಿದೆ. ನನ್ನ ಗಮನ ಬರಹದ ಮೇಲಿತ್ತು. ನೀವು ಬಂದಿದ್ದು ಕೂಡಲೇ ನನಗೆ ತಿಳಿಯಲೇ ಇಲ್ಲ ಎಂದು ನಕ್ಕರು.

ಮಹಿಳೆಯರು ಪೌರಾಣಿಕ ಕೃತಿಗಳನ್ನು ರಚಿಸಿರುವುದು ಬಹಳ ವಿರಳ. ಈ ದಿಸೆಯಲ್ಲಿ ನಿಮಗಾದ ವಿಶೇಷ ಪ್ರೇರಣೆ ತಿಳಿದುಕೊಳ್ಳಬಹುದೇ?

ಸ್ವಲ್ಪ ಕಾಲ ಗಂಭೀರರಾದರು – ಕಾಲ ಎಷ್ಟು ಬದಲಾಗಿದ್ದರೂ ಸಮಾಜದಲ್ಲಿ ಮಹಿಳೆಯ ಸ್ಥಾನ ಮಾನ ಸುಧಾರಿಸದಿರುವುದು ಎಲ್ಲಾ ಕ್ಷೇತ್ರದಲ್ಲೂ ಕಾಣುತ್ತೇವೆ. ಧಾರ್ಮಿಕ ಅಥವಾ ಪೌರಾಣಿಕ ವಿಷಯಗಳ ಬಗ್ಗೆ ಮಹಿಳೆ ಪುಸ್ತಕ ಬರೆದಾಗ ಸಂಪ್ರದಾಯಸ್ಥರು ವಾಸ್ತವವಾಗಿ ಅದಕ್ಕೆ ಮನ್ನಣೆ ಕೊಡುವುದಿಲ್ಲ. ಈ ಕಹಿ ಅನುಭವ ನನಗೂ ಆಗಿದೆ. ಆದರೆ ಉಡುಪಿಯ ಪೂಜ್ಯ ಪೇಜಾವರ ಮಠಾದೀಶರು ನನ್ನ ಭಾಗವತ ಕೃತಿಗೆ ಅನುಗ್ರಹ ನುಡಿ ಬರೆದುಕೊಟ್ಟು

ಪ್ರೋತ್ಸಾಹಿಸಿದ್ದಾರೆ. ಅದೇ ರೀತಿ ನನಗೆ ತಿಳಿಯದ ವಿಷಯಗಳ ಬಗ್ಗೆ ಅನೇಕ ವಿದ್ವಾಂಸರುಗಳು ಸೂಚನೆ, ಸಲಹೆ ಕೊಟ್ಟಿದ್ದಾರೆ. ನಾನು ರಚಿಸಿರುವ ಕೃತಿಗಳನ್ನು ಯಾರಾದರೂ ಗಂಡಸರು ಬರೆದಿದ್ದರೆ, ಪ್ರತಿಕ್ರಿಯೆ ಪುರಸ್ಕಾರ ಬೇರೆ ರೀತಿಯಲ್ಲಿ ಇರುತ್ತಿತ್ತೆಂದು ನನ್ನ ಭಾವನೆ ಎಂದರು ಶೂನ್ಯದತ್ತ ದೃಷ್ಟಿಯಿಟ್ಟು.

ನಿಮ್ಮ ದೈನಂದಿನ ಕಾರ್ಯಕ್ರಮಗಳೇನು?

ಬರೆಯುವುದನ್ನು ಬಿಟ್ಟರೆ ನನ್ನ ಹೆಚ್ಚಿನ ಸಮಯ ಅಡಿಗೆಮನೆ, ದೇವರೆ ಮನೆಗಳಲ್ಲಿ ಕಳೆಯುತ್ತದೆ. ಆರು ಜನ ಮಕ್ಕಳು, ಮೊಮ್ಮಕ್ಕಳು, ಹಬ್ಬಹುಡಿ, ನನ್ನ ಬರವಣಿಗೆ ಬಿಡುವಿದಲ್ಲ ದಿನಚರಿ.

ಬರೆದ ಕೃತಿಗಳನ್ನು ಪ್ರಕಟಿಸಲು ಯಾರಿಂದ ಪ್ರೋತ್ಸಾಹ ಸಿಕ್ಕಿತು?

ನಾನು ಬರೆಯುವುದು ಪ್ರಕಟನೆಗಾಗಿ ಅಲ್ಲ. ತಿಂಗಳ ಸಂಬಳದಲ್ಲಿ ಜೀವನ ಮಾಡುವ ನಮ್ಮಂಥ ಮಧ್ಯಮ ವರ್ಗದ ಕುಟುಂಬಕ್ಕೆ ಸಾವಿರಾರು ರೂಪಾಯಿಗಳ ಸಾಲ ಮಾಡಿ ಪುಸ್ತಕ ಮುದ್ರಣ ಮಾಡಸಲು ಸಾಧ್ಯವೂ ಇಲ್ಲ. ಹೀಗಿದ್ದರೂ ಸಹ ನನ್ನ ಮೂರು ಕೃತಿಗಳು ಮುದ್ರಣವಾಗಿರುವುದು ದೈವಕೃಪೆ ಎಂದು ನನ್ನ ಭಾವನೆ. ನನ್ನ ಬರವಣಿಗೆ ಬಗ್ಗೆ ಆಸಕ್ತಿಯಿಂದಲೇ ಅಥವಾ ಮಾತೃವಾತ್ಸಲ್ಯದಿಂದಲೋ ನನ್ನ ಮಗ ಉಪೇಂದ್ರ ನನ್ನ ಕೃತಿಗಳನ್ನು (ಬಡ್ಡಿ ಸಾಲ ಮಾಡಿ) ಬೆಳಕಿಗೆ ತಂದಿದ್ದಾನೆ. ಈ ಪ್ರೋತ್ಸಾಹ ಏನೇ ತೊಂದರೆ – ತೊಡಕುಗಳಿದ್ದರೂ ನನ್ನ ಬರವಣಿಗೆಯನ್ನು ಮುಂದುವರೆಸಿಕೊಂಡು ಹೋಗಲು ಸಹಾಯಕವಾಗಿದೆ.

ಪುಸ್ತಕ ಪ್ರಕಟಿಸುವುದಕ್ಕಿಂತಲೂ ಮಾರಾಟ ಕಷ್ಟಕರ. ಇದನ್ನು ಹೇಗೆ ನಿರ್ವಹಿಸುತ್ತೀರಿ? ಪುಸ್ತಕ ಮಾರಾಟ ಮಾಡಲು ಹೋದಾಗ ಜನರ ಪ್ರತಿಕ್ರಿಯೆ ಏನು?

ಮುದ್ರಣ ವ್ಯವಹಾರದ ಬಗ್ಗೆ ನನಗೇನೂ ಗೊತ್ತಿಲ್ಲ. ನನ್ನ ಮಗ ಕೂಡಾ ಇದನ್ನು ವ್ಯವಹಾರಕ್ಕಾಗಿ ಮಾಡಿಲ್ಲ. ಮುದ್ರಣ ಮಾಡಿಸಿರುವ ಭಾಗವತದ ನೂರಾರು ಪ್ರತಿಗಳು ಮಾರಾಟವಾಗದೇ ಹಾಗೇ ಉಳಿದಿವೆ. ಒಳ್ಳೆಯ ಕೆಲಸ ಮಾಡಿದರೆ ನಷ್ಟವಿಲ್ಲವೆಂಬ ಭಾವನೆಯಿಂದ ಪ್ರಕಟಣೆ ಮಾಡಿಸಿದ್ದರೂ, ಸಾಲ ಮಾಡಿ ಕೈ ಸುಟ್ಟುಕೊಳ್ಳಲು ಸಿದ್ಧವಾಗಿರಬೇಕು.

ಯಾವುದಾದರೂ ಸಂಘ ಸಂಸ್ಥೆ ಅಥವಾ ಸರ್ಕಾರದ ವತಿಯಿಂದ ಪುಸ್ತಕ ಪ್ರಕಟಣೆಗೆ ನೆರವು ಸಿಕ್ಕಿದೆಯೇ?

ಕನ್ನಡ ಪುಸ್ತಕ ಪ್ರಕಟಣೆಗೆ ಮತ್ತು ಮುದ್ರಣವಾದ ಕೃತಿಗಳನ್ನು ಖರೀದಿಸಲಿಕ್ಕೆ ಸರ್ಕಾರದ ಯೋಜನೆಗಳಿದ್ದರೂ ಸಹ ನನಗಂತೂ ಪ್ರಯೋಜನವಾಗಿಲ್ಲ. ಇಂತಹ ಯೋಜನೆಗಳಿಂದ ಯಾರಿಗೆ ಲಾಭ? ಇದು ಎಲ್ಲರಿಗೂ ಗೊತ್ತಿರುವ ವಿಷಯ. ಇನ್ನು ಸಾಮಾನ್ಯವಾಗಿ ಸಂಘ– ಸಂಸ್ಥೆಗಳು, ಸಿನಿಮಾ ನಟ ನಟಿಯರು, ರಾಜಕೀಯ ವ್ಯಕ್ತಿಗಳೆಂದರೆ ಎಲ್ಲಾ ಮನ್ನಣೆ, ಸನ್ಮಾನ ಮಾಡುತ್ತವೆ. ಬಡ ಬರಹಗಾರರು ನೆನಪಿಗೆ ಬರುವುದು ರಾಜ್ಯೋತ್ಸವ ತಿಂಗಳಲ್ಲಿ ಮಾತ್ರ. ಆಗಲೂ ಪುಸ್ತಕ ಕೊಳ್ಳುವುದಿಲ್ಲ, ಬದಲಾಗಿ ಭಾಷಣ ಮಾಡಿ ಶಾಲು ಹೊದಿಸಿ ಕಳುಹಿಸುತ್ತಾರೆ.

ನಿಮ್ಮಮುಂದಿನ ಯೋಜನೆಗಳೇನು?

ಗುರುಹಿರಿಯರ ಆಶೀರ್ವಾದವಿದ್ದರೆ ಯುವ ಪೀಳಿಗೆಗೆ ಸ್ಪಂದಿಸುವ ರೀತಿಯಲ್ಲಿ ನಮ್ಮ ಪ್ರಾಚೀನ ಸಾಹಿತ್ಯ ಸಂಸ್ಕೃತಿಗಳ ಬಗ್ಗೆ ಕೆಲವಾದರೂ ಕೃತಿಗಳನ್ನು ಬರೆಯಬೇಕೆಂದು ನನ್ನ ಆಸೆ ಇದೆ. ಆದರೆ ಸಾಲ ಮಾಡಿ ಪುಸ್ತಕ ಮುದ್ರಿಸಿದರೆ ಕೊಂಡು ಓದುವವರು ಯಾರು? ಇದು ಎಲ್ಲಾಕನ್ನಡ ಲೇಖಕ ಲೇಖಕಿಯರ ಸಮಸ್ಯೆ ಎಂದು ಹೇಳುತ್ತಾ ನಮ್ಮನ್ನು ಬೀಳ್ಕೊಟ್ಟರು.

ಶ್ರೀಮತಿ ನಾಗರತ್ನಮ್ಮನವರಿಂದ ಇನ್ನೂ ಅತ್ಯುತ್ತಮ ಕೃತಿಗಳನ್ನು ನಿರೀಕ್ಷಿಸೋಣವೇ?

ಬರೆಯಲು ಪ್ರಾರಂಭಿಸಿದರೆ ನನ್ನನ್ನು ನಾನೇ ಮರೆಯುತ್ತೇನೆ. ಎಷ್ಟೋ ಸಾರಿ ಆಡಿಗೆಮನೆಯಲ್ಲಿ ಹಾಲು ಒಲೆಯ ಮೇಲೆ ಉಕ್ಕುತ್ತಿರುತ್ತದೆ. ಕುಕ್ಕರ್ ಕೂಗುತ್ತಿರುತ್ತದೆ. ಮೊಮ್ಮಗಳು ಆಡುತ್ತಿರುತ್ತಾಳೆ. ಇಡಾವುದೂ ನನ್ನ ಗಮನಕ್ಕೆ ಬಂದಿರುವುದಿಲ್ಲ... ಧಾರ್ಮಿಕ, ಪೌರಾಣಿಕ ವಿಷಯಗಳ ಬಗ್ಗೆ ಮಹಿಳೆ ಬರೆದಾಗ ಸಂಪ್ರದಾಯಸ್ಥರು ಮನ್ನಣೆ ಕೊಡುವುದಿಲ್ಲ. ಈ ಕೊಹಿಯನ್ನು ನಾನೂ ಉಂದಿದ್ದೇನೆ.

ಹತ್ತು ವರ್ಷ ಹಿಡಿಯಿತು

ಪೌರಾಣಿಕ ಕೃತಿಗಳನ್ನು ರಚಿಸಬೇಕಾದರೆ ಬಹಳಷ್ಟು ಅಧ್ಯಯನ ಮಾಡಬೇಕು, ಏಕೆಂದರೆ ನಿಮ್ಮ ಕೃತಿ ದೃಢೀಕೃತಮಾಗಿರಬೇಕು. ಇದನ್ನೆಲ್ಲಾ ಹೇಗೆ ನಿರ್ವಹಿಸುತ್ತೀರಿ?

ನನ್ನ ಬರವಣಿಗೆಗಾಗಿ ನಾನು ಅನೇಕ ಗ್ರಂಥಗಳನ್ನು ಓದುತ್ತೇನೆ. ನನ್ನ ಮೊದಲ ಕೃತಿ "ಶ್ರೀಸಾಮಾನ್ಯನಿಗೆ ಮಹಾಭಾರತ" (೮೦೦ ಪುಟಗಳು) ಬರೆಯಲು ಸುಮಾರು ಹತ್ತು ವರ್ಷಗಳು ಹಿಡಿಯಿತು. ಇಂತಹ ಕೃತಿಗಳನ್ನು ರಚಿಸಲು ಶ್ರಮವಹಿಸಬೇಕಾಗುತ್ತದೆ. ಅನೇಕ ಪುಸ್ತಕಗಳನ್ನು ಓದಬೇಕಾಗುತ್ತದೆ. ಪಂಡಿತರು, ವಿದ್ವಾಂಸರುಗಳನ್ನು ಕೇಳಿ ವಿಷಯ ಸಂಗ್ರಹಿಸಿ ಅನುಮಾನಗಳನ್ನು ಪರಿಹರಿಸಿಕೊಳ್ಳಬೇಕಾಗುತ್ತದೆ.

ಬರೆಯುವ ಸಂಸ್ಕಾರ ಬಾಲ್ಯದಿಂದಲೂ ಸ್ಥಿರ ಮಟ್ಟಗಿದೆ. ನಮ್ಮ ತಂದೆಯವರ ಅಣ್ಣ ನವರತ್ನ ರಾಮರಾಯರು ಹೆಸರಾಂತ ಲೇಖಕರಾಗಿದ್ದವರು. ಅವರ ಮಗ, ಸೊಸೆ ಉತ್ತಮ ಸಾಹಿಗಳು"

ಕರ್ಮವೀರ

ಮೇ ೫, ೧೯೯೬

ಕೈಮುಗಿದು ಹೋಗುವವರೇ...!

ಪುಸ್ತಕ ಕೊಂಡು ಓದುವವರು ಅಪರೂಪ. "ನಿಮ್ಮ ಭಾಗವತ ಬಹಳ ಚೆನ್ನಾಗಿದೆಯಂತೆ ಕೊಡಿ ಓದಿಕೊಡುತ್ತೇನೆ..., "ನಮ್ಮ ಮನೆಯಲ್ಲಿ ಬೇಕಾದಷ್ಟು ಭಾರತ, ರಾಮಾಯಣ ಪುಸ್ತಗಳವೆ, ಓದುವುದಕ್ಕೇ ಸಮಯವಿಲ್ಲ" ಇಂಥ ಫಜೀತ್ಯಯಗಳೇ ಹೆಚ್ಚು. ಪುಸ್ತಕವನ್ನು ಭಕ್ತಿಯಿಂದ ತೆಗೆದುಕೊಂಡು ಪುಟ ತಿರುಗಿಸಿ ವಾಪಸ್ಸು ಕೊಟ್ಟು ಕೈಮುಗಿದು ಹೋಗುವವರೂ ಬಹಳ ಜನ ಇದ್ದಾರೆ.

ಶ್ರೀಮತಿ ಎಸ್.ವಿ. ನಾಗರತ್ನಮ್ಮನವರು

(3)

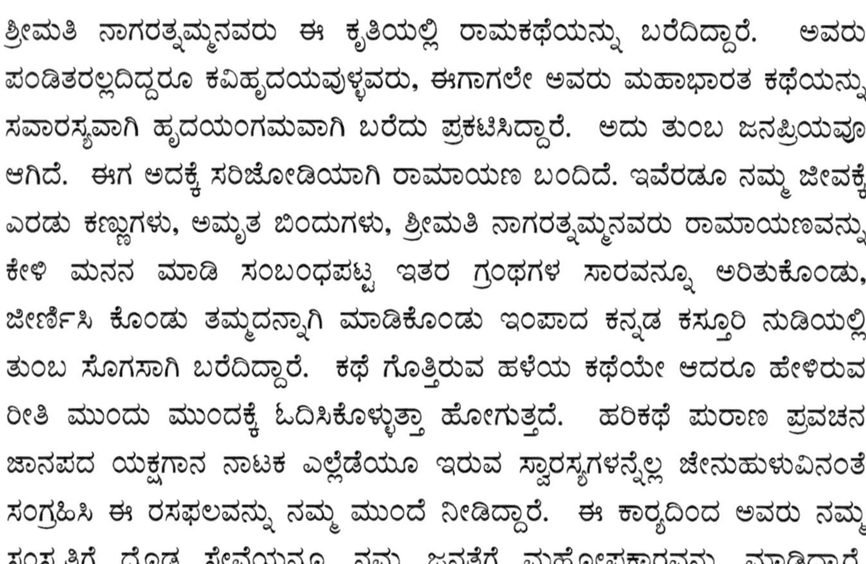

ಶ್ರೀಮತಿ ನಾಗರತ್ನಮ್ಮನವರು ಈ ಕೃತಿಯಲ್ಲಿ ರಾಮಕಥೆಯನ್ನು ಬರೆದಿದ್ದಾರೆ. ಅವರು ಪಂಡಿತರಲ್ಲದಿದ್ದರೂ ಕವಿಹೃದಯವುಳ್ಳವರು, ಈಗಾಗಲೇ ಅವರು ಮಹಾಭಾರತ ಕಥೆಯನ್ನು ಸವಾರಸ್ಯವಾಗಿ ಹೃದಯಂಗಮವಾಗಿ ಬರೆದು ಪ್ರಕಟಿಸಿದ್ದಾರೆ. ಅದು ತುಂಬ ಜನಪ್ರಿಯವೂ ಆಗಿದೆ. ಈಗ ಅದಕ್ಕೆ ಸರಿಜೋಡಿಯಾಗಿ ರಾಮಾಯಣ ಬಂದಿದೆ. ಇವೆರಡೂ ನಮ್ಮ ಜೀವಕ್ಕೆ ಎರಡು ಕಣ್ಣುಗಳು, ಅಮೃತ ಬಿಂದುಗಳು, ಶ್ರೀಮತಿ ನಾಗರತ್ನಮ್ಮನವರು ರಾಮಾಯಣವನ್ನು ಕೇಳಿ ಮನನ ಮಾಡಿ ಸಂಬಂಧಪಟ್ಟ ಇತರ ಗ್ರಂಥಗಳ ಸಾರವನ್ನೂ ಅರಿತುಕೊಂಡು, ಜೀರ್ಣಿಸಿ ಕೊಂಡು ತಮ್ಮದನ್ನಾಗಿ ಮಾಡಿಕೊಂಡು ಇಂಪಾದ ಕನ್ನಡ ಕಸ್ತೂರಿ ನುಡಿಯಲ್ಲಿ ತುಂಬ ಸೊಗಸಾಗಿ ಬರೆದಿದ್ದಾರೆ. ಕಥೆ ಗೊತ್ತಿರುವ ಹಳೆಯ ಕಥೆಯೇ ಆದರೂ ಹೇಳಿರುವ ರೀತಿ ಮುಂದು ಮುಂದಕ್ಕೆ ಓದಿಸಿಕೊಳ್ಳುತ್ತಾ ಹೋಗುತ್ತದೆ. ಹರಿಕಥೆ ಪುರಾಣ ಪ್ರವಚನ ಜಾನಪದ ಯಕ್ಷಗಾನ ನಾಟಕ ಎಲ್ಲೆಡೆಯೂ ಇರುವ ಸ್ವಾರಸ್ಯಗಳನ್ನೆಲ್ಲ ಜೇನುಹುಳುವಿನಂತೆ ಸಂಗ್ರಹಿಸಿ ಈ ರಸಫಲವನ್ನು ನಮ್ಮ ಮುಂದೆ ನೀಡಿದ್ದಾರೆ. ಈ ಕಾರ್ಯದಿಂದ ಅವರು ನಮ್ಮ ಸಂಸ್ಕೃತಿಗೆ ದೊಡ್ಡ ಸೇವೆಯನ್ನೂ ನಮ್ಮ ಜನತೆಗೆ ಮಹೋಪಕಾರವನ್ನು ಮಾಡಿದ್ದಾರೆ. ಇವರು ನಮ್ಮ ಜನತೆಯ ಮಿತ್ರರು.

ಶ್ರೀಮಾನ್ ಡಿ.ವಿ.ಗುಂಡಪ್ಪನವರು ಒಂದು ಸಂದರ್ಭದಲ್ಲಿ ಹೀಗೆ ಹೇಳಿದರು. 'ಮಾನವನ ಕಲ್ಯಾಣ ಸಾಧನೆಗೆ ಬೇಕಾದ ಒಂದೇ ಒಂದು ಗ್ರಂಥ ಯಾವುದು ಎಂದು ಕೇಳಿದರೆ ನಾನು ನಿಸ್ಸಂದೇಹವಾಗಿ ರಾಮಾಯಣ ಎಂದು ಹೇಳುತ್ತೇನೆ" ರಷ್ಯದಲ್ಲಿ ಇಪ್ಪತ್ತೈದು ವರುಷಗಳಿಂದ ರಾಮಾಯಣ ನಾಟಕವನ್ನು ಸತತವಾಗಿ ಆಡುತ್ತಿದ್ದಾರೆ. ರಾಮಾಯಣ ಪಠಣವು ನಮಗೆ ಸೌಖ್ಯ ಮತ್ತು ಶಾಂತಿಯನ್ನು ಕರುಣಿಸಲಿ.

ಡಾ॥ ಗೊರೂರು ರಾಮಸ್ವಾಮಿ ಅಯ್ಯಂಗಾರ್.

ನಗರದಲ್ಲಿ ಇಂದು

ಪುಸ್ತಕ ಬಿಡುಗಡೆ : ಕುಮಾರ ವ್ಯಾಸ ಮಂಟಪ 4ನೇ ಬ್ಲಾಕ್. ರಾಜಾಜಿನಗರ : ಎಸ್.ವಿ. ನಾಗರತ್ನಮ್ಮನವರ "ಶ್ರೀಮದ್ರಾಮಾಯಣ ಸಂಗ್ರಹ ಮಾಲ" ಕೃತಿ ಬಿಡುಗಡೆ : ಡಾ. ಕೆ.ಎಂ. ಕೃಷ್ಣರಾವ್. ಕೃತಿ ಪರಿಚಯ : ರಾಮಚಂದ್ರ ಶರ್ಮ ತ್ಯಾಗಲಿ : ಸಂಜೆ 7 ಕ್ಕೆ

Shrimudramayana Sangrahamala: Dr K M Krishna Rao releases Mrs. S V Nagarthnamma's book "Srimudramayana Sangrahamala", Kumaravysa Mantapa, 4th block, Rajajinagar, 7 p.m.

7.00: ರಾಜಾಜಿನಗರ 4ನೇ ಹಂತ ಕುಮಾರವ್ಯಾಸ ಮಂಟಪ: ಡಾ। ಕೆ. ಎಂ. ಕೃಷ್ಣರಾವ್ ಅವರಿಂದ ಎಸ್. ವಿ. ನಾಗರತ್ನಮ್ಮ ಅವರ 'ಶ್ರೀಮದ್ರಾಮಾಯಣ ಸಂಗ್ರಹಮಾಲ' ಕೃತಿಯ ಬಿಡುಗಡೆ.

Dr Gorur Ramaswamy Iyangar
at the book release function

(4)

ಮುನ್ನುಡಿ

"ಮಹಾಭಾರತ ವಿಶ್ವದಲ್ಲೇ ಏಕಮೇವಾದ್ವಿತೀಯವಾದ ಬೃಹತ್ಕೃತಿ, ಪ್ರಪಂಚದಲ್ಲಿ ಯಾವ ಭಾಷೆಯಲ್ಲೂ ಇಷ್ಟು ದೊಡ್ಡ ಗ್ರಂಥವಿಲ್ಲ. ಇದರ ಬೃಹತ್ತು ಮಹತ್ತುಗಳು ಗ್ರಂಥ ಶರೀರದಲ್ಲಿ ಮಾತ್ರವಲ್ಲ; ಇದರಲ್ಲಿ ಅಡಕವಾದ ವಿಷಯಗಳ ಆಳ ವಿಸ್ತಾರಗಳಲ್ಲೂ ಸಾರ್ಥಕವಾಗಿದೆ. ಮಹಾಭಾರತ ತನ್ನಲ್ಲಿ ಅಡಕವಾದ ಕಥೆ, ಕಾವ್ಯ, ನೀತಿ, ಧರ್ಮ, ವೇದಾಂತ, ಜೀವನ ವೈವಿಧ್ಯ ವ್ಯಕ್ತಿಗಳು, ಹೆಚ್ಚೇನು ಆ ಬ್ರಹ್ಮ ಸ್ತಂಭ ಪರ್ಯಂತವಾದ ಸರ್ವಂಕಷ ವಸ್ತು ಭಂಡಾರದಿಂದ ಅಸದೃಶ ಮಹಾಗ್ರಂಥವಾಗಿದೆ. ಶತ–ಶತಮಾನಗಳಿಂದ ಜನತೆಯ ಬುದ್ಧಿ, ಹೃದಯ, ಆಚಾರ–ವಿಚಾರ ನೀತಿ–ಧರ್ಮ, ಸಂಸ್ಕಾರಗಳ ವಿಕಾಸ ಪರಿಷ್ಕರಣಗಳ ಮಹಾಕಾರ್ಯವನ್ನು ಮಾಡುತ್ತಾ ಬಂದ ಈ ಕಲೆಯ ಅವತಾರಗಳೂ ಸಾವಿರಾರು ಬಗೆಯವು. ಸಂಸ್ಕೃತ ಭಾಷೆಯಲ್ಲಿ ಮಾತ್ರವಲ್ಲ ಇತರ ಭಾರತೀಯ ಹಾಗೂ ಖಂಡಾಂತರ ಭಾಷೆಗಳಲ್ಲೂ ಕಾವ್ಯ, ನಾಟಕ, ಆಖ್ಯಾನ, ಆಖ್ಯಾಯಿಕೆ ಮುಂತಾದ ಬಗೆಯಲ್ಲಿ ಮೈದಳೆಯುತ್ತ ಇಂದಿಗೂ ದಿನ ದಿನಕ್ಕೆ ವಿಶ್ವದ ಎಲ್ಲೆಡೆಯಲ್ಲಿ ತನ್ನ ಶಾಶ್ವತ ಪ್ರಭಾವವನ್ನು ವಿಸ್ತರಿಸುತ್ತ ನಡೆದಿದೆ. "ಪ್ರತಿಪರ್ವರಸೋದಯ:" ಎನ್ನುವ ಮಾತು ಮಹಾಭಾರತದ ಹದಿನೆಂಟು ಪರ್ವಗಳಿಗೆ ಮಾತ್ರ ಅನ್ವಯಿಸುವುದಿಲ್ಲ. ಯುಗ ಯುಗಗಳ ಕಾಲದೆಲ್ಲ ಪರ್ವ–ಖಾಂಡಗಳಲ್ಲೂ "ರಸೋದಯ" ಕರವೆನ್ನುವ ಅರ್ಥವಿಸ್ತರದಲ್ಲೂ ಸಾರ್ಥಕವಾಗಿದೆ.

ಕನ್ನಡ ಮಹಾಭಾಗ್ಯವಂತ ಭಾಷೆ, ಇಂಥ ವಿಶಿಷ್ಟ–ವಿಸ್ತಾರವಾದ ಮಹಾಭಾರತವನ್ನು ಇಡಿಯಾಗಿ ಬಿಡಿಯಾಗಿ ವೈವಿಧ್ಯಮಯವಾಗಿ ತನ್ನಲ್ಲಿ ವಿಸ್ತರಿಸಿಕೊಂಡಿದೆ. ಕನ್ನಡದ ಆದಿಕಾವ್ಯವೇ 'ಪಂಪ ಮಹಾಭಾರತ' ಕುಮಾರವ್ಯಾಸನಂತೂ ಮಹಾಭಾರತವನ್ನು ಸಾಲಂಕಾರ ಚಮತ್ಕರವಾಗಿ ರಸ ಭಾವ–ಲಯ–ಪೂರ್ಣವಾಗಿ ಕನ್ನಡ ಭಾಮಿನಿ ಷಟ್ಪದಿಯಲ್ಲಿ ಮೈತುಂಬಿಸಿ ಜಾನಪದ ಸುಗಂಧ ಬಂಧುರ ಚಾಣ್ಣುಡಿಯ ಗತಿಯಲ್ಲಿ ಕುಣಿಸಿ ಮೆರೆಸಿದ್ದಾನೆ.

ಪ್ರಕೃತ–ಶ್ರೀಸಾಮಾನ್ಯರಿಗೆ ಮಹಾಭಾರತ ಎಂಬ ಈ ಕೃತಿ ಶ್ರೀಮತಿ. ನಾಗರತ್ನಮ್ಮನವರು ಕನ್ನಡಕ್ಕಿತ್ತ ಭಕ್ತಿಭಾವದ ಕಾಣಿಕೆ. ಬಾಲಭಾರತ ವಚನ, ಭಾರತ ಕಥಾಸಾರ ಮುಂತಾದ

ಮಹಾಭಾರತದ ಅನೇಕ ಅವತರಣಿಕೆಗಳ ಮಧ್ಯದಲ್ಲಿ ಇದು ಕನ್ನಡ ಶ್ರೀಸಾಮಾನ್ಯರನ್ನು ಲಕ್ಷ್ಯದಲ್ಲಿಟ್ಟು ರಚಿತವಾದ ಗ್ರಂಥ.

ಶ್ರೀಮತಿ ನಾಗರತ್ನಮ್ಮನವರು ಬಲುಬಗೆಯಲ್ಲಿ ಬಾಳಿನ ಸಿಹಿ ಕಹಿಗಳನ್ನು ಉಂಡವರು. ಏರು–ಪೇರಿನ ಜಾರು–ಜಾಗಿನ ಕಲ್ಲು–ಮುಳ್ಳು ತುಂಬಿದ ಜಟಿಲ ಜೀವನ ವನದಲ್ಲಿ ತಮ್ಮದೇ ಆದ ರೀತಿಯಲ್ಲಿ ದಾರಿಮಾಡಿಕೊಂಡು ಸಾಗಿ ಬಂದವರು. ಅನೇಕ ಕರ್ಮಕ್ಷೇತ್ರಗಳಲ್ಲಿ ಶ್ರಮಿಸಿದ ಇವರು ಕನ್ನಡ ವಾಙ್ಮಯದಲ್ಲೂ ತಮ್ಮ ಸೇವೆಯನ್ನು ಸಲ್ಲಿಸುತ್ತ ಬಂದಿದ್ದಾರೆ. ನೀತಿ ಭಕ್ತಿಭಾವಗಳ ಕಥೆ, ಪ್ರಬಂಧಗಳನ್ನು ಬರೆಯುತ್ತಿದ್ದ ಇವರು ಈ ಗ್ರಂಥ ರಚನೆಯ ಮೂಲಕ ದೊಡ್ಡ ಕಾರ್ಯವನ್ನು ಮಾಡಿದ್ದಾರೆ. ರಾಜಾಜಿನಗರದ ಕನ್ನಡ ಸಹೃದಯ ಸಂಘದ ಕುಮಾರವ್ಯಾಸ ಮಂಟಪದಲ್ಲಿ ವಿದ್ವಾಂಸರುಗಳು ಮಾಡಿದ ಕುಮಾರ ವ್ಯಾಸ ಭಾರತದ ವ್ಯಾಖ್ಯಾನವನ್ನು ಅವಲಂಬಿಸಿ, ಜೊತೆಯಲ್ಲಿ ತಮ್ಮ ಜ್ಞಾನಾನುಭವಗಳನ್ನೂ ಅನ್ಯ ಗ್ರಂಥಗಳ ಸಹಾಯವನ್ನೂ ಸೇರಿಸಿಕೊಂಡು ಈ ಗ್ರಂಥವನ್ನು ಸಿದ್ಧಪಡಿಸಿದ್ದಾರೆ. ವಿಶಾಲವಾದ ಗ್ರಂಥಕಾರ್ಯದಲ್ಲಿ ಅಲ್ಲಿ ಇಲ್ಲಿ ದೋಷಗಳು ತಲೆ ದೋರಿರಬಹುದಾದರೂ ಸ್ತುತ್ಯ ಕಾರ್ಯವನ್ನು ಮಾಡಿದ್ದಾರೆ. ಎಂಟುನೂರು ಪುಟಗಳ ಈ ದೊಡ್ಡ ಕೆಲಸ ಸಾಮಾನ್ಯ ಕಾರ್ಯವಲ್ಲ. ಅದರಲ್ಲೂ ಸಂಸಾರ ನಿವಾಹಕರಾದ ತಾಯಂದಿರು ಇಂಥ ಗ್ರಂಥ ರಚನೆಯನ್ನು ಸಮಯಾನುಕೂಲ ಮಾಡಿಕೊಂಡು ನಿರ್ವಹಿಸಿರುವುದು ವಿಶೇಷವಾದದ್ದೇ ಸರಿ.

ಶ್ರೀಮತಿ. ನಾಗರತ್ನಮ್ಮನವರ ಈ ಶ್ರೀ ಕೃಷ್ಣ ಭಕ್ತಿಯ ಭಾರತವನ್ನು ಕನ್ನಡ ಶ್ರೀ ಸಾಮಾನ್ಯರು ಕೊಂಡು ಓದಿ ಅವರ ಶ್ರಮವನ್ನು ಸಾರ್ಥಕ ಪಡಿಸಲಿ ಎಂದು ಹಾರೈಸುತ್ತೇನೆ.

ರಾಮಚಂದ್ರಶರ್ಮ ತ್ಯಾಗಲಿ

ಎಸ್. ವಿ. ನಾಗರತ್ನಮ್ಮ

ಲೇಖಿಕರ ಮೊದಲ ಕೃತಿ 'ಶ್ರೀಸಾಮಾನ್ಯನಿಗೆ ಮಹಾಭಾರತ'ದ ಬಗ್ಗೆ ಪತ್ರಿಕೆಗಳಲ್ಲಿ.

" ... . Smt Nagarathnamma is the happiest person today to know that she is the first woman in karnataka to have written all the 18-Parvas of the Mahabharata. She hopes to write about the Ramayana also one-day. One can only wish this frail looking elderly lady good-luck in her new endeavour".

DECCAN HERALD, 'City Beat'
dated 12th April 1982.

"............Mrs. Nagarathnamma .. ... against heavy odds, created a record by writing a classic on Mahabharata which is highly acclaimed by men of letters and Scholars alike.. ... Nagarathnamma deserves praise, for, it is seldom an easy task for a 60-year-old grandmother managing a large household to write such a classic".

Femina, Bombay, 23rd July 1982.

Deccan Herald Friday, August 10, 2001

Epic Record

– S V Upendra Charya

Popular writer, (late) Usha Navarathnaram, while complimenting an elderly woman writer and referring to her new book said: "you have been writing since years despite your age and family responsibilities. You are an inspiration to young writers." The writer replied. *"Yaaru odthare nanna purana. Bareyodu ondu pooje aste"* (who will read my purana, writing (to me) is just a pooja.

The writer, who mainly writes on epics and religious topics is S V Nagarathnamma. She is said to be the first woman writer in Karnataka to have written all the parvas (chapters) of Mahabharatha in a single volume. Her very first book, the 800-page "Sri Samanyanige Mahabharatha" (Mahabhartatha for common man) published in 1982 was well received by common readers and pundits alike.

Nagarathnamma is neither an academic nor a professional writer. Writing for this pious 75-year-old who has written quite a number of books on mythologies and puranas in the last thirty years remains her daily pooja.

Beginning   with   Shri   Samanyanige   Mahabharatha Nagarathnamma had written many more religious books like

"Srimadramayana Sangrahamala". "Bhagavatha Rasayana", "Sri Jayatheertharu" "Sharanaprabhe" "Shri Madhvaguru Munigalu" and "Madhavana Madhucharithra Mahadarshana".

She has about ten books to her name. Nagrathnamma has also preserved some of her unpublished manuscripts, hoping to see all that she has written in print during her life time.

Nagarathnamma is better known as "Purana Lekhaki" (religious writer). She prefers to get on with her writing and maintain a low profile. "Writing about the leelas (illusory manifestations) of God is how I do my pooja and I do not want to do that for publicity. I was brought up in Theerthahalli near Shimoga. I had no opportunity to get even the pre-degree level formal education. If I could write something noteworthy it is all God's grace. Nagarathnamma said as she talked about her early life.

Asked how she managed to write all those books spending most of her time in the kitchen or looking after her grand children, she says. " My family is important and I never neglected my children any time. Still too much attachments and preoccupation with family, children etc. will get you nowhere. This realization is what made me to give equal importance to my daily writing, reading and listening to pravachanas (spiritual discourses) for better understanding of our great epics and puranas."

It is said that imaginative interpretation of the story line from all familiar epics of Ramayana and Mahabharatha calls for not only in depth knowledge of these mythological classics but narrative skills of an experienced and expert writer. Nagarathnamma's writings are in simple prose form which interpret like the story contents and characters from puranic legends in her unique style. Even young readers, who generally feel that religious books are exclusively meant for old people, are often tempted to read the stories from mythologies narrated by writers like Nagarathnamma.

In a preface to "Sri Ramayana Sangrahamala" written by Nagarathnamma, Dr Goruru Ramaswamy Iyengar commented "like a busy bee which collects honey from a variety of flowers, Nagarathnamma gathered even minute details and the essence of the Ramayana from palm leaf scripts to folklore tales for her writing."

Nagarathnamam is a writer with a cause. To keep writing consistently for thirty long years, in spite of hardships humiliations, is surely an achievement.

"I could keep writing all these years because my objective is self-improvement and not recognition or anything. God gives us all what we deserve. Life is unpredictable. Things do not happen according to our expectations always. Complaining is of no use. Faith in God is what matters." are the thoughtful words from Nagarathnamma, a rare religious writer.

Nagarathnamma with some of her works

(6)

Times of India Publications
July 23, 1982
Femina Personalities

(Woman of the Fortnight)

– S V Upendra Charya

Achiving success in any field and getting recognition in a male dominated society is surely not a small achievement. But many women in different walks of life have distinguished themselves by their extraordinary feats in spite of age-old dogmas prevailing against them even in contemporary society.

Ms.Nagarathnamma, an elderly lady from Bangalore, is one such woman who, against heavy odds, created a record by writing a classic on Mahabharatha which is highly acclaimed by men of letters and scholars alike.

Nagarathnamma deserves praise, for, it is seldom an easy task for a 60-year-old grandmother managing a large household to write such a classic.

Her 800-page book written in chaste Kannada in the prose form with the title "Shri Samanyanige Mahabharatha" (Mahabharatha for the common man) which was published only recently, is now coming out in a second edition.

Nagarathnamma took 10 long years to complete the 18 chapters of the Mahabharatha. However, this pious lady with little formal education and vast experience in life did not write it for publicity or publication, but, as a penance. When she could not afford to buy even writing paper how could she think of getting her book published?

Had it not been for a chance reading of her manuscript by a litterateur, who, impressed by good narration and lucid language, took the initiative in getting the book published, no one would have heard about this lady and her masterpiece.

Nagarathnamma is the first woman in Karnataka to have written all the chapters of the Mahahabharatha.

A TIMES OF INDIA PUBLICATION

JULY 23—AUGUST 7, 1982

ACHIEVING success in any field and getting recognition in a male dominated society is surely not a small achievement. But many women in different walks of life have distinguished themselves by their extraordinary feats in spite of age-old dogmas prevailing against them even in contemporary society. Ms. Nagarathnamma, an elderly lady from Bangalore, is one such woman who, against heavy odds, created a record by writing a classic on *Mahabharata* which is highly acclaimed by men of letters and scholars alike.

Nagarathnamma deserves praise, for, it is seldom an easy task for a 60-year-old grandmother managing a large household to write such a classic.

Her 800-page book written in chaste Kannada in the prose form with the title *"Srisamanyanige Mahabharata"* (Mahabharata for the common man), which was published only recently, is now coming out in a second edition.

Nagarathnamma took 10 long years to complete the 18 chapters of the *Mahabharata*. However, this pious lady with little formal education and vast experience in life did not write it for publicity or publication, but, as a penance. When she could not afford to buy even writing paper how could she think of getting her book published?

Had it not been for a chance reading of her manuscript by a litterateur, who, impressed by good narration and lucid language, took the initiative in getting the book published, no one would have heard about this lady and her masterpiece. Nagarathnamma is the first woman in Karnataka to have written all the chapters of the *Mahabharata*.

—S.V. UPENDRA CHARYA

(7)

The Times of Deccan

—◆◆◆—

Around Town Sunday, July 18, 1982
Nagarathnamma: Religious Writer
with Hebbar

The history of writing is dotted with hard-luck stories and that makes for the fame and romance of writers long dead. The Indian scene is particularly depressing what with lack of sufficiently large reading public and publishers.

In this setting comes up an old, traditional, God-fearing woman who decides to write the Mahabharatha in Kannada. She thought she was only doing her duty by God and took her time writing the Kannada version of it – all of 10 years. It would have remained at that, an act of piety, had not Kannada writer B G SATHYA MURTHY come across the manuscript and recognized it as a piece of literature.

Mrs.S V Nagarathnamma, the author, is said to have attended every religious discourse in the past 15 years, despite the demands of a large family. She says she devoted a few hours to religion every day for "spiritual satisfaction and to lessen the burden of sins accumulated in many lives"

She is the first woman to have rendered all the chapters of the Mahabharata into Kannada. The style has been acclaimed as simple and elegant. "Sri Samanyanige Mahabharatha" (Mahabharatha for common man) was released by Gorur Ramaswamy Iyengar.

Asked how she felt about the book. Nagarathnamma said. "It is all God's will. It should not be credited to me. Lord Krishna got it done by me. How else can an old woman without much learning write it?"

Nagarathnamma: Religious Writer

The history of writing is dotted with hard-luck stories and that makes for the fame and romance of writers long dead. The Indian scene is particularly depressing what with lack of a sufficiently large (and paying) reading public and reluctant publishers.

In this setting comes up an old, traditional, God-fearing woman who decides to write the Mahabharata in Kannada. She thought she was only doing her duty by God and took her time writing the Kannada version of it — all of 10 years. It would have remained at that, an act of piety, had not Kannada writer B. G. Satyamurthy come across the manuscript and recognised it as a piece of literature.

Mrs. S. V. Nagarathnamma, the author, is said to have attended every religious discourse in the past 15 years, despite the demands of a large family. She says she devoted a few hours to religion every day for "spiritual satisfaction and to lessen the burden of sins accumulated in many lives."

She is the first woman to have rendered all the chapters of the Mahabharata into Kannada. The style has been acclaimed as simple and elegant. The "Sri Samanyanige Mahabharata" (Mahabharata for the common man) was released by Gorur Ramaswamy Iyengar.

Asked how she felt about the book, Nagarathnamma said, "It is all God's will. It should not be credited to me. Lord Krishna got it done by me. How else can an old woman without much learning write it?"

(8)

Inspiring Personality

– S V Upendra Charya

Disciplined and committed to writing spiritual books, my mother Nagarathnamma, her religious writing apart she loved and cared for one and all, sick and needy in particular. She used to tell young and old alike to do their bit for the cause of poor and suffering. Personally, one day mother said this to me.

"You have a good job. Getting good salary, You have enough spare time to do something useful to society. At least visit places during your free time, talk to people in need and write articles for news papers about their problems. It may or may not help people but do what you can do."

Mother's words and her lifestyle motivated me to be a freelance writer. I started freelancing for news journals when I was quite young and inexperienced to be a writer. If not for my mother's blessings, as a factory employee, I could not have written news articles in hundreds consistently for more than thirty years.

This is the photo of compilation books comprising of my news articles published in news papers and magazines.

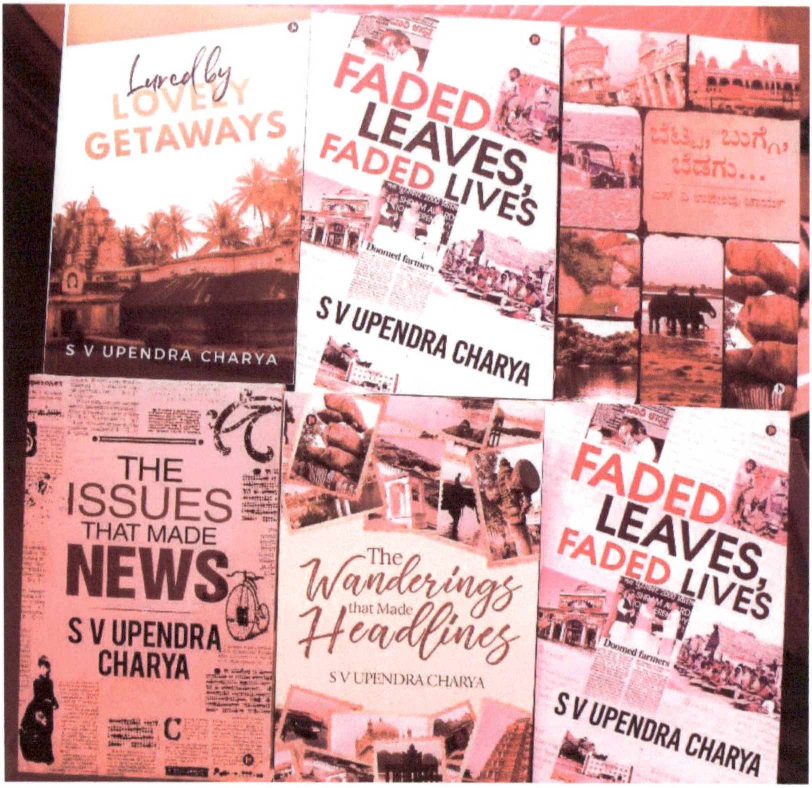
Lured by
LOVELY
GETAWAYS
S V UPENDRA CHARYA
FADED
LEAVES,
FADED LIVES
S V UPENDRA CHARYA
ಬೆಟ್ಟ, ಬುಗ್ಗೆ, ಬೆಡಗು...
THE
ISSUES
THAT MADE
NEWS
S V UPENDRA
CHARYA
The
Wanderings
that Made
Headlines
S V UPENDRA CHARYA
FADED
LEAVES,
FADED LIVES
S V UPENDRA CHARYA

ಪ್ರವಾಸಿ ಕಂಡ
ಕರ್ನಾಟಕ
ಪ್ರಕಟಿತ ಸುದ್ದಿ
ಪತ್ರಿಕಾ ಲೇಖನ ಸಂಕಲನ
ಬೆಟ್ಟ, ಬುಗ್ಗೆ, ಬೆಡಗು...
FADED
LEAVES,
FADED LIVES
S V UPENDRA CHARYA
NEWS Between Breaks
S.V. UPENDRACHARYA

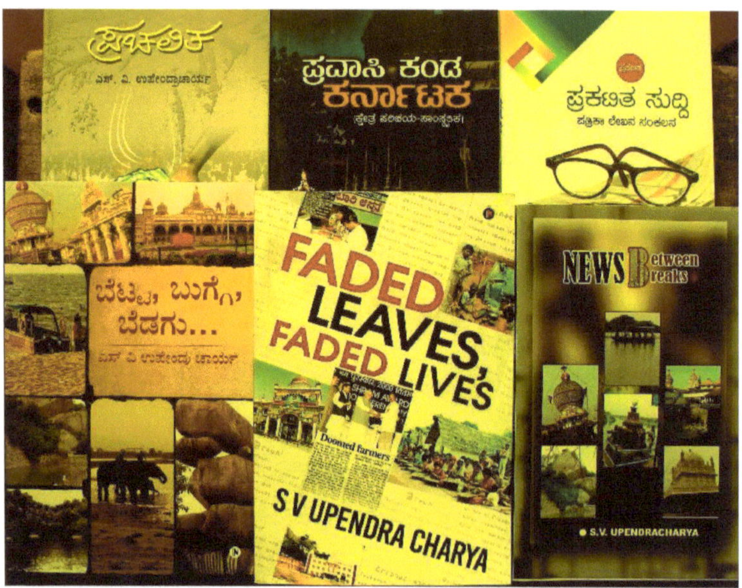

(9)

ಹೆಣ್ಣಿಗೆ ತನ್ನ ಮನೆಯ ಬೃಂದಾವನ ತನ್ನ ಸಂಸಾರ ಗೃಹಕೃತ್ಯ, ಗಂಡ, ಮಕ್ಕಳು ಮನೆಯಲ್ಲಿಯೇ ಇಹ, ಪರ ಎರಡನ್ನೂ ಕಾಣಬಯಸಬೇಕಾಗಿದ್ದ ದಿನಗಳು ಅವಳ ಪಾಲಿನದಾಗಿತ್ತು. ಅಂತಹ ಸನ್ನಿವೇಶ ಸಂದರ್ಭ, ಸನ್ನಿವೇಶಗಳಲ್ಲಿಯೂ ಮನಸ್ಸನ್ನು ಆಧ್ಯಾತ್ಮ, ಪೌರಾಣಿಕ ಗ್ರಂಥಗಳನ್ನು ಅಧ್ಯಯನ ಮಾಡಿ ಅದನ್ನು ಲೇಖನಿಯಿಂದ ಪುಸ್ತಕ ರೂಪಕ್ಕೆ ತಂದೆ ಹೆಗ್ಗಳಿಕೆ ಎಸ್.ವಿ.ನಾಗರತ್ನಮ್ಮನವರದು. ಆಧ್ಯಾತ್ಮವನ್ನು ಕೇವಲ ಪಂಡಿತರು, ಪುರುಷರ ಸೊತ್ತೆಂದು ಪರಿಗಣಿಸಲ್ಪಡುತ್ತಿದ್ದಾಗಲೂ, ಧೈರ್ಯದಿಂದ ಆತ್ಮಾವಲೋಕನ ಮಾಡಿಕೊಂಡು ಶ್ರೀಸಾಮಾನ್ಯನಿಗೆ ಮಹಾಭಾರತ, ಶ್ರೀಮದ್ರಾಮಾಯಣ ಸಂಗ್ರಹಮಾಲಾ, ಭಾಗವತ ರಸಾಯನ ಮುಂತಾದ ಗ್ರಂಥಗಳನ್ನು ಪ್ರಕಟಿಸಿ ಕನ್ನಡ ನಾಡಿನ ಸಾರಸ್ವತಲೋಕದಲ್ಲಿ ಹೆಗ್ಗಳಿಕೆ ಗಳಿಸಿದ್ದಾರೆ. ವಿಮರ್ಶಕರ, ಓದುಗರ, ಹಿರಿಯ ಪಂಡಿತರ ಮನ ಗೆದ್ದಿದ್ದಾರೆ. ಭಗವಂತನ ಲೀಲೆಗಳು ಅವನ ಸಾಕ್ಷಾತ್ಕರ ಅವನು ಭೂಲೋಕದಲ್ಲಿ ಅವತರಿಸಿ ಮಾನವರೊಂದಿಗೆ ಮಾನವನಾಗಿ ಲೋಕಕಲ್ಯಾಣದ ಗುಟ್ಟುಗಳನ್ನು ತೋರಿಸುವ ಪ್ರೀತಿಯನ್ನು ಸರಳವಾಗಿ, ಸುಲಭವಾಗಿ ಓದುಗರಿಗೆ ತಿಳಿಸುವಂತೆ ಸರಳ ಸುಂದರ ಭಾಷೆ ಬಳಸಿ ಬರೆದಿರುವ ನಾಗರತ್ನಮ್ಮನವರನ್ನು ಎಷ್ಟು ಹೊಗಳಿದರೂ ಸಾಲದು. ಶ್ರೀ ಹರಿವಂಶಾಮೃತ ಕಥಾ ಕಲಶವಂತೂ ಸರಾಗವಾಗಿ ಓದಿಸಿಕೊಂಡು ಹೋಗುತ್ತದೆ. ಎಲ್ಲರೂ ಕೊಂಡು ಓದಿ ನಾಗರತ್ನಮ್ಮನವರ ಅಂತರಾತ್ಮ ಆಧ್ಯಾತ್ಮವನ್ನು ಅರ್ಥೈಸಿಕೊಳ್ಳುವುದರಿಂದ ಅವರಿಗೆ ಜನಸಾಮಾನ್ಯರು ಅಭಿನಂದಿಸಿ ಕೈಮುಗಿದಷ್ಟೇ ಪಾವನ ಕರ್ತವ್ಯವೆನ್ನಬಹುದು.

ಶ್ರೀಮತಿ. ನಾಗರತ್ನಮ್ಮನವರಿಗೆ ಭಗವಂತನು ಆಯಸ್ಸು ಆರೋಗ್ಯ ಶಕ್ತಿಯನ್ನು ದಯಪಾಲಿಸಿ ಇನ್ನೂ ಅನೇಕ ಗ್ರಂಥಗಳನ್ನು ರಚಿಸುವಂತಾಗಲಿ. ಹೆಣ್ಣಿನ ಸೀಮಿತ ಯೋಚನಾಲಹರಿ ಆಗಸದೆತ್ತರ ಬೆಳೆದಿರುವ ಅವರ ಬರವಣಿಗೆ ಮತ್ತು ಉನ್ನತವಾಗಲಿ.

ಉಷಾನವರತ್ನರಾವ್.

ಶ್ರೀಹರಿವಂಶಾಮೃತ
ಕಥಾ ಕಲಶೆ
ಎಸ್. ವಿ. ನಾಗರತ್ನಮ್ಮ

ಶ್ರೀ ಹರಿ ವಂಶಾಮೃತ ಕಥಾ ಕಲಶ

ಗ್ರಂಥ ಬಿಡುಗಡೆ

ದಿನಾಂಕ 28-2-1998ನೇ ಶನಿವಾರ ಸಾಯಂಕಾಲ 6–30ಕ್ಕೆ
ಪೂರ್ಣಪ್ರಜ್ಞ ವಿದ್ಯಾ ಪೀಠದ ಶ್ರೀ ಕೃಷ್ಣ ಗುರುರಾಜರ ಸನ್ನಿಧಿಯಲ್ಲಿ

ಶ್ರೀ ಫಲಿಮಾರು ಭಂಡಾರಕೇರಿ ಉಭಯ ಮಠಾಧೀಶರಾದ

ಪರಮಪೂಜ್ಯ ಶ್ರೀ ವಿದ್ಯಾಮಾನ್ಯ ತೀರ್ಥ ಶ್ರೀಪಾದರು

ತಮ್ಮ ಅಮೃತ ಹಸ್ತದಿಂದ

ಶ್ರೀಮತಿ ಎಸ್. ವಿ. ನಾಗರತ್ನಮ್ಮನವರು
ಬರೆದ

ಶ್ರೀ ಹರಿ ವಂಶಾಮೃತ ಕಥಾ ಕಲಶ

ಎಂಬ ಗ್ರಂಥದ ಬಿಡುಗಡೆಯ ಸಮಾರಂಭ ನಡೆಯಲಿದೆ.

ಮುಖ್ಯ ಅತಿಥಿಗಳು :
ಶ್ರೀ ಅದ್ಯ ರಾಮಾಚಾರ್ಯ

(10)
ಸಂದೇಶ

ಶ್ರೀ ಮದ್ಭಾಗವತ ಆಸ್ತಿಕ ಸಮಾಜದ ದೊಡ್ಡ ನಿಧಿ – ಯದ್ ವೈಷ್ಣವಾನಾಂ ಧನಂ, ಭಗವಂತನ ಮಹಿಮೆಯನ್ನು ವರ್ಣಿಸಿ ನಮ್ಮ ಹೃದಯಕ್ಕೆ ಭಕ್ತಿಯ ಪ್ರಚೋದನೆಯನ್ನು ಈ ಪುರಾಣ ನೀಡುತ್ತದೆ. ಸಜ್ಜನರ ಶಿಕ್ಷಣಕ್ಕಾಗಿಯೇ ಭಗವಂತ ಭೂಮಿಯಲ್ಲಿ ಅವತಾರ ತಾಳುತ್ತಾನೆ. 'ಮತ್ಸ್ಯಾನವತಾರಸ್ತ್ವಿಹ ಮರ್ತ್ಯಶಿಕ್ಷಣಂ" ಅಂತಹ ನೂರಾರು ಭಗವದವತಾರಗಳ ಮತ್ತು ಭಗವದ್ಭಕ್ತರ ಚರಿತ್ರೆಗಳ ಹೃದಯಂಗಮ ನಿರೂಪಣೆಯಿಂದ ಭಾಗವತ ನಮಗೆ ಸಾತ್ತ್ವಿಕ ಜೀವನದ ಮಾರ್ಗದರ್ಶಿಯಾಗಿದೆ. ಪರೀಕ್ಷಿದ್ರಾಜನಂತೆ ಸಂಸಾರ ಸರ್ಪದಷ್ಟರಾದ ನಮ್ಮ ಜೀವನವೂ ಅನಿಶ್ಚಿತವಾಗಿದೆ. ಎಚ್ಚರವಹಿಸಿ ಅದನ್ನು ಸಾರ್ಥಕಪಡಿಸಿ ಕೊಳ್ಳಬೇಕಾದರೆ ಭಕ್ತಿರಸಪೂರ್ಣವಾದ ಭಾಗವತಾಮೃತದ ಪಾನ ಅತ್ಯಾವಶ್ಯಕ ಇದರಿಂದ ಸದ್ಯೋ ಹೃದ್ಯವರುದ್ಧ್ಯತೇ–ಭಗವಂತನ ಚಿತ್ರ ದೃಢವಾಗಿ ನಮ್ಮ ಹೃದಯದಲ್ಲಿ ಮೂಡುತ್ತದೆ.

ಶ್ರೀಮತಿ ಎಸ್.ವಿ.ನಾಗರತ್ನಮ್ಮ ಇವರು ಭಗವಂತನ ಕಥೆಯನ್ನು ಸರಳವಾಗಿ ನಿರೂಪಿಸಿದ್ದಾರೆ. ಆಸ್ತಿಕ ಸಮಾಜ ಇದರ ಪೂರ್ಣ ಉಪಯೋಗವನ್ನು ಪಡೆದುಕೊಂಡು ಈ ಕೃತಿ ಸಾರ್ಥಕವಾಗಲಿ ಎಂದು ಭಗವಂತನನ್ನು ಪ್ರಾರ್ಥಿಸುತ್ತೇವೆ.

ಶ್ರೀ ಶ್ರೀ ವಿಶ್ವೇಶ ತೀರ್ಥ ಸ್ವಾಮೀಜಿ

ಶ್ರೀ ಪೇಜಾವರ ಅಧೋಕ್ಷಜ ಮಠ

ಶ್ರೀ ಜಗದ್ಗುರು ಮಧ್ವಾಚಾರ್ಯ, ಸಂಸ್ಥಾನ

ಉಡುಪಿ 576101 ಕರ್ನಾಟಕ

ದಿನಾಂಕ: 19.06.95 ಫೋನ್ ನಂ.24198

ಭಾಗವತ ರಸಾಯನ

|| ಶ್ರೀ ಲಕ್ಷ್ಮೀನರಸಿಂಹಾಯ ನಮಃ ||

ಶ್ರೀಮತಿ ಎಸ್.ವಿ. ನಾಗರತ್ನಮ್ಮನವರು

ಬರೆದ

'ಶ್ರೀಮದ್ಭಾಗವತ ರಸಾಯನ'

ಗ್ರಂಥದ

ಬಿಡುಗಡೆ ಸಮಾರಂಭ

ಗ್ರಂಥದ ಬಿಡುಗಡೆ : ಪರಮ ಪೂಜ್ಯ
ಶ್ರೀ ವಿದ್ಯಾವಾನ್ಯತೀರ್ಥ ಶ್ರೀಪಾದರು
ಶ್ರೀಫಲಿಮಾರು ಮಠ, ಉಡುಪಿ.

ಉಪಸ್ಥಿತಿ : ಶ್ರೀ ವ್ಯಾಸನಕೆರೆ
ಪ್ರಭಂಜನಾಚಾರ್ಯರು

ಕೃತಿ ಪರಿಚಯ : ಶ್ರೀ ಎ. ಹರಿದಾಸ ಭಟ್ಟ

ಸ್ಥಳ : ಪೂರ್ಣಪ್ರಜ್ಞ ವಿದ್ಯಾಪೀಠ,
ಬೆಂಗಳೂರು.

ದಿನಾಂಕ : 8-9-1995 ಶುಕ್ರವಾರ
ಸಂಜೆ 6-15 ಕ್ಕೆ

ಎಲ್ಲರಿಗೂ ಆದರದ ಸ್ವಾಗತ

(೧೧)

ಸಾಹಸ ಮಾಡುವ ಯಾರಿಗೆ ಆದರೂ ಭಾಗ್ಯಲಕ್ಷ್ಮೀ ಒಲಿದು ಬಂದಾಳು, ಆದರೆ ಸಾಹಸ ಮತ್ತು ಸಾಧನೆಗಳಿಗಿಂತಲೂ ಸುಕೃತವನ್ನೇ ನಿಮಿತ್ತವಾಗಿಟ್ಟುಕೊಂಡು ಒಲಿದು ಬರುವ ಸರಸ್ವತಿಯ ಅನುಗ್ರಹ ಸುಲಭ ಲಭ್ಯವಲ್ಲ. ಅದರಲ್ಲೂ ಸಾಹಿತ್ಯ ಸರಸ್ವತಿಯು ಒಲಿಯಲು ಕೃತಿಯೊಡನೆ ನಿರ್ಮಲ ಮನಸ್ಸು ಅಗತ್ಯ ಎಂತಹ ವಿಕಟ ಸಂದರ್ಭಗಳಲ್ಲಿಯೂ ಕೈ ಬರಿದಾದರೂ ಕೈ ಬರವಣಿಗೆ ನಿಲ್ಲಿಸದ ಹೆಗ್ಗಳಿಕೆ ಎಸ್.ವಿ.ನಾಗರತ್ನಮ್ಮನವರದು. ಆಧ್ಯಾತ್ಮವು ಕೇವಲ ಪಂಡಿತರ. ಪುರುಷರ ಸೊತ್ತಲ್ಲ ಎಂದು ಧೈರ್ಯದಿಂದ ನಿರೂಪಣೆ ಮಾಡಿ ತೋರಿಸಿದ ಇವರ ಗ್ರಂಥಗಳು ಜನಸಾಮಾನ್ಯರಿಗೆ ಭಕ್ತಿಯನ್ನು ಉಕ್ಕಿಸುತ್ತವೆ. ಶ್ರೀ ಮದ್ರಾಮಾಯಣ ಸಂಗ್ರಹಮಾಲ, ಭಾಗವತ ರಸಾಯನ, ಹರಿವಂಶಾಮೃತ ಕಥಾ ಕಲಶ ಮೊದಲಾದ ಹಲವಾರು ಕೃತಿಗಳನ್ನು ಹೊರತಂದ ಇವರ ಉತ್ಸಾಹ, ಉಲ್ಲಾಸಗಳು ಮೆಚ್ಚತಕ್ಕವಾಗಿವೆ. ಕಥೆಯನ್ನು ನೀರಸವಾಗಿ ನಿರೂಪಿಸಿ ವ್ಯಥೆ ತರುವ ಲೇಖಕರಾಗದೆ ಸಾಹಿತ್ಯದ ಸೊಗಸು, ಭಾಷೆಯ ಕಂಪು, ನಿರೂಪಣೆಯ ನಾವೀನ್ಯ, ಸರಳ ಹಾಗೂ ಸುಲಭವಾಗಿ ಓದಿಸಿಕೊಂಡು ಹೋಗುವ ಶೈಲಿ, ಸುಂದರವಾದ ಶಿರೋನಾಮೆಗಳು, ಪ್ರಾಸಮಯವಾಗಿ ಎದ್ದು ತೋರುವ ಸಾಹಿತ್ಯ ಪ್ರಭುತ್ವ ಇವೆಲ್ಲವೂ ಅವರ ಕೃತಿಗಳಲ್ಲಿ ಹಾಸುಹೊಕ್ಕಿರುವ ಅಂಶಗಳು, ಜಯತೀರ್ಥರ ಚರಿತ್ರೆಯಲ್ಲಿ ಒಳಬರುವ ಇತಿಹಾಸದ ಅಂಶಗಳು, ಒಳಗಿರುವ ಕಥೆಯ ಸಂದೇಶಗಳು ಶಾಸ್ತದ ರಹಸ್ಯ ಪ್ರಮೇಯಗಳು ಇವುಗಳನ್ನೆಲ್ಲ ಸೇರಿಸಿದ ಇವರ ಕೃತಿಯನ್ನು ಎಷ್ಟು ಹೊಗಳಿದರೂ ಸಾಲದು, ಸರಳ ಜೀವಿಗಳಾದ ಇವರ ಕೃತಿ ಇದೇ ಸರಳತೆಯನ್ನು ಮೈಗೂಡಿಸಿಕೊಂಡಿದೆ.

ಶ್ರೀಮತಿ ನಾಗರತ್ನಮ್ಮನವರಿಗೆ ಭಗವಂತನು ಆಯಸ್ಸು, ಆರೋಗ್ಯ, ಶಕ್ತಿಗಳನ್ನು ದಯಪಾಲಿಸಿ ಇನ್ನು ಅನೇಕ ಗ್ರಂಥಗಳನ್ನು ರಚಿಸುವಂತೆ ಶಕ್ತಿ ನೀಡಲಿ, ಭಗವದ್ಭಕ್ತರಿಗೆ ರಸದೌತಣವನ್ನು ಬಡಿಸುವ ಭಗವಂತನ ಬಳಿಗೆ ಬಲು ಒಲುಮೆಯಿಂದಲೇ ಓದುಗರನ್ನು ಬರುವಂತೆ ಮಾಡುವ ಇಂತಹ ಕೃತಿಗಳೂ ಇನ್ನು ಹೆಚ್ಚು ಬರಲಿ, ಜಗತ್ತಿಗೆ ಮಂಗಳಕರ ಚಿಂತನೆಗಳು ಹರಡಿ ಅದರ ಸೌಗಂಧ ಪಸರಿಸಲಿ ಎಂದು ಹಾರೈಸುತ್ತೇವೆ.

ಡಾ.ಎನ್.ವೆಂಕಟೇಶಾಚಾರ್ಯ

ಜಗತ್ಪೂಜ್ಯ
ಶ್ರೀ ಜಯತೀರ್ಥರು
ಎಸ್. ವಿ. ನಾಗರತ್ನಮ್ಮ

ಶ್ರೀ ಶ್ರೀ ವಿದ್ಯಾಮಾನ್ಯ ತೀರ್ಥ ಸ್ವಾಮೀಜಿ
ಶ್ರೀ ಫಲಿಮಾರು ಮತ್ತು ಭಂಡಾರಕೇರಿ ಮಠ
ಉಡುಪಿ - 576 101 ದ.ಕ.

ಸಂದೇಶ

ಶ್ರೀ ಜಯತೀರ್ಥರು ಆಚಾರ್ಯರ ಗ್ರಂಥಗಳಿಗೆ ಟೀಕೆಗಳನ್ನು ಬರೆದು ಟೀಕಾಚಾರ್ಯರೆಂದೇ ಪ್ರಸಿದ್ಧಿಗಳಿಸಿದ್ದಾರೆ. ಅವರು ಮಹಾ ಮಹಿಮಾಶಾಲಿಗಳು. ಅವರ ಮಹಿಮೆಗಳು ಅನೇಕ ಭಕ್ತರಿಗೆ ಅನುಭವ ಸಿದ್ಧವಾಗಿದೆ.

ಈ ಪುಸ್ತಕದಲ್ಲಿ ಶ್ರೀ ಅಕ್ಷೋಭ್ಯತೀರ್ಥರ ಮತ್ತು ಶ್ರೀಜಯ ತೀರ್ಥರ ಮಹಿಮೆಗಳನ್ನು ಸಂಗ್ರಹಿಸಿ ಕೊಡಲಾಗಿದೆ. ಸಜ್ಜನರು ಇದರ ಉಪಯೋಗವನ್ನು ಪಡೆದು ಗುರುಗಳ ಅನುಗ್ರಹಪಾತ್ರರಾಗಬೇಕೆಂದು ಅಪೇಕ್ಷಿಸುತ್ತೇವೆ.

ಇತಿ ನಾರಾಯಣ ಸ್ಮರಣೆಗಳು

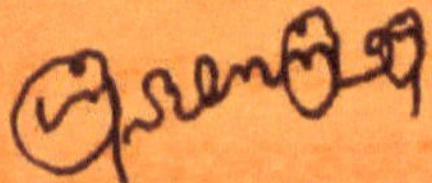

(12)

ಸ್ತ್ರೀಸಮಾಜವು ಆಧ್ಯಾತ್ಮದ ಅಂತರಂಗಕ್ಕೆ ಇಳಿಯುವಂತೆ ಪ್ರೇರೇಪಿಸಿ ಆ ಮೂಲಕ ಹೊಸದೊಂದು ಸುಸಂಸ್ಕೃತ ಸಮಾಜದ, ಸಾತ್ವಿಕ ಸಮಾಜದ, ಸಜ್ಜನಿಕೆಯ ಸಮುದಾಯದ ನಿರ್ಮಾಣ ಕಾರ್ಯದಲ್ಲಿ ಶ್ರೀಮತಿ ನಾಗರತ್ನಮ್ಮನವರ ಕೃತಿಗಳು, ಕ್ರಿಯಾತ್ಮಕವಾಗಿ ತೊಡಗಿದ್ದು, ಶ್ರೀವ್ಮತಿಯವರ ಕನ್ನಡ ಸಾಹಿತ್ಯಸೇವೆ ವಿಶಿಷ್ಟವೆನಿಸುತ್ತದೆ. ಅವರ ಭಾಷೆ ಸುಲಿದ ಬಾಳೆಯ ಹಣ್ಣಿನಚಿತೆ ಆಕರ್ಷಕ, ಮೃದು, ಕೋಮಲ, ಅರ್ಥಪೂರ್ಣ, ಸತ್ವಪೂರ್ಣ ಹಾಗೂ ಸುಂದರ, ಕಥನಕಲಕೆ ಸಿದ್ಧಿಸಿರುವ ಇವರ ಶೈಲಿ ಓದುಗರನ್ನು ಸೆಳೆದುಕೊಂಡು, ಜುಳಜುಳ ಹರಿವ ನೀರಿನಮತೆ ಹೊಳಪು, ತಂಪು, ಓಘ ಹಾಗೂ ತೇಜಸ್ಸನ್ನು ಪಡೆದಿದೆ. ಸರಾಗವಾಗಿ ಅವು ಓದಿಸಿಕೊಂಡು ಹೋಗುತ್ತವೆ.

ಶ್ರೀಮತಿ ನಾಗರತ್ನಮ್ಮನವರಿಂದ ಸಾಹಿತ್ಯಲೋಕ, ಆಧ್ಯಾತ್ಮಿಕ ಲೋಕ ಎರಡೂ, ಇಚಿತಹ ಮತ್ತಷ್ಟು ಮೌಲಿಕ ಕೃತಿಗಳನ್ನು ಪಡೆದುಕೊಂಡು ಸಮೃದ್ಧವಾಗಲಿ, ಧನ್ಯವಾಗಲಿ, ಈ ಕಾರ್ಯವನ್ನು ಯಶಸ್ವಿಯಾಗಿ ಮಾಡಲು ಭಗವಂತನು ಅವರಿಗೆ ಆಯುಸ್ಸು, ಆರೋಗ್ಯ ಭಾಗ್ಯಗಳನ್ನು ನೀಡಿ ಪೂರ್ಣಾನುಗ್ರಹ ಮಾಡಲಿ ಎಚಿದು ಹಾರೈಸುವ

ವಿದ್ಯಾವಾಚಸ್ಪತಿ ಡಾ। ಅರಳುಮಲ್ಲಿಗೆ ಪಾರ್ಥಸಾರಥಿ

ಅಧ್ಯಕ್ಷರು – ಹರಿದಾಸ ಆಕಾಡೆಮಿ, ಬೆಂಗಳೂರು.

(13)

DECCAN HERALD Monday, April 11, 1982
City Beat 1

IT IS incredible that a 60-year-old strong-willed lady despite her manifold domestic responsibilities has been able to write a voluminous book on Mahabharata in Kannada. The lady in question is Smt.Nagarathnamma Her magnum opus: Sri Samanyanige Mahabharatha, pages 800, published by Praghathisheela Saitya, Bangalore-10

There is nothing unusual if writers of high caliber possessing high education and with facilities and encouragement by way of money and publicity make some significant literary contributions. But Smt.Nagarathnamma who had taken more than a decade to write the book had studied only up to matric and had absolutely no encouragement and assistance from any source. Moreover, her middle class family consisting of her employed sons and daughters was strongly opposed to the very idea of her writing a book. So the lady had to write clandestinely.

The book is based on discourses rendered by eminent scholars on the Mahabharata. Apart from attending the discourses for over a decade, Smt.Nagarathnamma made it a point to note down quotable points daily. The elaboration and self-interpretation of the day-to-day discourses were done as home work before drafting, editing and finally compiling them chapter wise. It was a work of devotion lasting many years against all sorts of obstacles.

The pious lady wrote Mahabharata not for publication but as a penance and never dreamt of seeing it in print. However, a gentleman who chanced to go through the manuscript , was moved by the great pains taken by the lady to write the bulky volume of 18 chapters and came forward to publish it. Impressed by her simple but cultured language and lucid style, many reputed writers had commended the lady's laudable effort.

Smt. Nagarathnamma is the happiest person today to know that she is the first woman in Karnataka to have written all the 18 chapters of the Mahabharatha. She hopes to write about the Ramayana also one day. One can only wish this frail looking elderly lady good luck in her new endeavor.

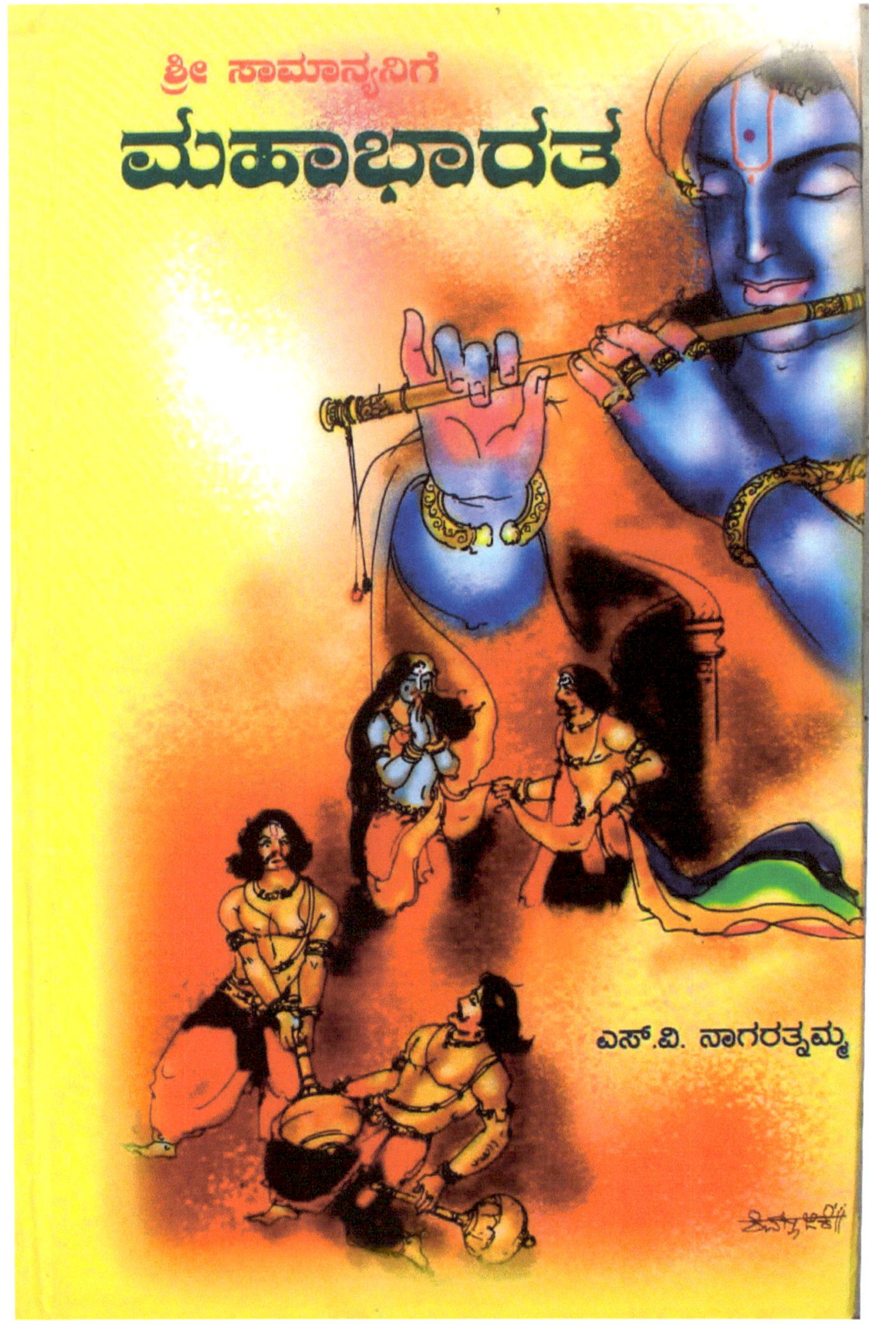
ಶ್ರೀ ಸಾಮಾನ್ಯನಿಗೆ
ಮಹಾಭಾರತ
ಎಸ್.ವಿ. ನಾಗರತ್ನಮ್ಮ

॥ ಶ್ರೀ ॥

ಕನ್ನಡ ಸಹೃದಯರ ಸಂಘ

(ಕುಮಾರವ್ಯಾಸ ಮಂಟಪ)

"ಶ್ರೀ ಸಾಮಾನ್ಯನಿಗೆ ಮಹಾಭಾರತ"
ಗ್ರಂಥ ಉದ್ಘಾಟನಾ ಸಮಾರಂಭ

ಗ್ರಂಥ ಲೇಖಕಿ : ಶ್ರೀಮತಿ ಯಸ್. ವಿ. ನಾಗರತ್ನಮ್ಮ

ತಾರೀಖು : 30-4-82 ಶುಕ್ರವಾರ

ವೇಳೆ : ಸಂಜೆ 7 ಘಂಟೆಗೆ

ಸ್ಥಳ : ಕುಮಾರವ್ಯಾಸಮಂಟಪ, 4ನೇ ಬ್ಲಾಕಾ‌ವಣೆ
ರಾಜಾಜಿನಗರ, ಬೆಂಗಳೂರು–10

ಅಧ್ಯಕ್ಷತೆ : ಡಾ॥ ಗೊರೂರು ರಾಮಸ್ವಾಮಿ ಐಯ್ಯಂಗಾರ್

ಉದ್ಘಾಟನೆ : ಮಾನ್ಯ ಶ್ರೀ ರಾಮಚಂದ್ರ ಶರ್ಮ ತ್ಯಾಗಲಿ
ಯವರಿಂದ

ಮುಖ್ಯ ಅತಿಥಿಗಳು—ಶ್ರೀ ಬಿ. ಜಿ. ಸತ್ಯಮೂರ್ತಿ, ಎಂ.ಎ.

—ತಮ್ಮಲ್ಲಿಗೂ ಆದರದ ಸ್ವಾಗತ—

ಕನ್ನಡ ಸಹೃದಯರ ಸಂಘ

IT IS incredible that a 60-year-old strong-willed lady despite her manifold domestic responsibilities has been able to write a voluminous book on Mahabharata in Kannada. The lady in question is Smt. Nagaratnamma. Her magnum opus: Sri Samanyanige Mahabharata, pages 800, published by Pragathisheela Sahitya, Bangalore-10.

There is nothing unusual if writers of high calibre possessing high education and with facilities and encouragement by way of money and publicity make some significant literary contributions. But Smt. Nagaratnamma, who had taken more than a decade to write the book, had studied only upto matric and had absolutely no encouragement and assistance from any source. Moreover, her middle class family consisting of her employed sons and daughters, was strongly opposed to the very idea of her writing a book. So, the lady had to write clandestinely.

The book is based on discourses rendered by eminent scholars on the Mahabharata. Apart from attending the discourses for over a decade, Smt. Nagaratnamma made it a point to note down quotable points daily. The elaboration and self-interpretation of the day-to-day discourses were done as home work before drafting, editing and finally compiling them chapterwise. It was a work of devotion lasting many years amidst all sorts of obstacles.

The pious lady wrote Mahabharata not for publication but as a penance and never dreamt of seeing it in print. However, a gentleman who chanced to go through the manuscript, was moved by the great pains taken by the lady to write the bulky volume of 18 chapters and came forward to publish it. Impressed by her simple but cultured language and lucid style, many reputed writers had commended the lady's laudable effort.

Smt. Nagaratnamma is the happiest person today to know that she is the first woman in Karnataka to have written all the 18 parvas of the Mahabharata. She hopes to write about the Ramayana also one day. One can only wish this frail-looking elderly lady good luck in her new endeavour.

DECCAN
HERALD
12-04-1982

(14)

An 'Epic' Journey

– S V Upendra Charya

This black and white faded photo was taken at a function held to release my mother's very first book titled Sri Samanyanige Mahabharatha (i.e Mahabharatha for a layman) The function was held at a public auditorium named Kumaravysa Mantapa located at Fourth Block Rajajinagar of old Bengaluru.

At that function, held in the evening hours of 30th April 1982, renowned Kannada writer and Gandhian Dr.Gorur Ramaswamy Iyengar. released the book and Sanskrit scholar Sri Ramachandra Tyagali (sitting) was the chief guest.

It was at the same auditorium in Rajinagar, one more 'epic' function' was held on 4th July 1991 to release my mother's second book titled 'Ramayana Sangrahamala' which is a compilation of all the 'skandas' (chapters) of Ramayana written in simple Kannada.

Located near to our old residence in Rajajinagar, Kumaravysa Mantapa auditorium was founded here in the early 1970s by a local youth association named Kannada Sahrudyara Sangha.It was at this public auditorium such literary events and Pravachanas (spiritual discourses) were held every evening. My mother used to attend all such evening functions regularly for years.

Those round the year evening Pravachanas of Kumaravysa Mantapa what inspired mother to write 800-page book on Mahabharatha when she was about sixty year old and it was her very first published work.

Popular Pravachanas apart, the peaceful environment of old Rajajinagar, evidently what made mother's 'epic' task an enjoyable routine which she had continued for many years when she was in 60s and 70s.

She was a writer who never wrote for publication or recognition. Known as "Puana Barahagarthi (spiritual writer), all her life she kept writing about one or the other religious scriptures. She also wrote about much revered saints and philosophers of Karnataka. Beginning with her first published 800-page "Sri Samanyanige Mahabharatha" (Mahabharatha for layman) Nagarathnamma had written many mythological and spiritual books in simple Kannada.

As mother of six children and ten grand children, accustomed to be in kitchen all the time, writing on epics surely was an epic task. But Nagarathnamma had done it piously for decades and she was 60-year old when her very first published 'Srisamanyanige Mahabhaharatha' was released in 1982 by the renowned writer and Gandhian Dr.Gorur Ramaswamy Iyengar.

When the famous Kannada writer Usha Navarathanaram once asked Nagarathnamma whether she expects good response to her spritual writings. ***"Yaru voduthare nanna Purana. Kannada Baravanige nanage ishta and Bareyodu ondu Pooje Aste"*** (who will read my Puranas, I love Kannada and writing is my way of worship) said the pious writer late Nagarathnamma.

Late in her life the aged writer, Nagarathnamma used to be honoured by one or the other Kannada Sanghas in Bengaluru, in the month of Kannada Rajyothsava, almost every year.

A few months after the release of her last published work, a lucidly written Kannada   book on the   14ᵗʰ century Madhva saint Sri Jayatheertharu , Nagarathnamma   was passed away in the year 2001.

ಬೆಂಗಳೂರಿನ ಕಿರ್ಲೋಸ್ಕರ್ ಕಾರ್ಖಾನೆ ನೌಕರರು ಕನ್ನಡ ರಾಜ್ಯೋತ್ಸವ ಸಮಾರಂಭದಲ್ಲಿ ನೀಡಿದ ಸನ್ಮಾನ ದೃಶ್ಯ

Dr Gorur Ramaswamy Iyangar
at the book release function

(15)

Southern SPEAKER
Wednesday, May 19, 1982

———◆◆———

An Epic Feat by a Grand Mother

– Sheela Upendra

A well written book in Kannada on the great epic Mahabhaatha with all the 18 chapters in a single volume, was released recently by the renowned litterateur Dr Gorur Ramaswamy Iyengar at a public function in Rajajinagar Kumara Vysa Mantapa. It made a big news because the author is neither a scholar nor a popular writer but a 60-year-old grand mother without much formal education.

Written in prose form in simple Kannada, Smt.Nagaarathnmma's 800-page book received accolades even by many veterans in the literary field for its simple narration and lucid language that reads like modern classic rather than a mythological story.

Smt Nagarathnamma took ten long years to write the book "Shri Samanyanige Mahabharatha published by Pragathi Sheela Sahithya. One can not but wonder how this frail looking old lady, in spite of numerous domestic responsibilities of a large joint family consisting of her old mother, sisters, brothers apart from her own children and grand children, that too when she could not expect any support and encouragement from any one for writing her book.

What inspired Smt Nagarathnamma to write this book was the evening discourses on Mahabharatha and Ramayana. She never missed these pravachana programs given regularly for many years by the famous scholars at the Rajajinagar Kumaravysa Mantapa, a popular public auditorium located at Rajajinagar 4th Block.

Nagarathnamma feels grateful to all those well known scholars who rendered memorably meaningful discourses that made possible to realize her dream of writing a book on Mahabharatha though she never expected to see her book in print.

She says it was like a miracle, for if not for a chance reading of her manuscript by the popular writer, B G Sathyamurthy her book publication would have been only a dream.

Southern

SPEAKER

WEDNESDAY, MAY 19, 1982

An epic feat by a grand-mother

By Sheela Upendra

A well written book in Kannada on the great epic Mahabharata, with all the 18 chapters in a single volume, was released recently by the renowned litterateur, Dr Gorur Ramaswamy Iyengar, at a public function in Rajajinagar Kumara Vyasa Mantapa. It made news because the author is neither an eminent scholar nor a famous writer, but a 60-year-old woman without much formal education.

Smt Nagarathnamma, 800 page-book on Mahabharata is praised even by many veterans in the literary field for its simple narration and lucid language. It reads like a modern classic rather than a mythological story.

Smt Nagarathnamma took 11 years to write the book "Sri Samanyanige Mahabharata" published by Pragathi Sheela Sahitya. One cannot but wonder how this frail looking lady, in spite of numerous domestic responsibilities of a large family consisting of her children and grand-children, was able to do it for, according to her family members she could not get any assistance or encouragement from any one for writing the book.

What inspired her to do so was the evening discourses on Mahabharata which she has been listening since decades in Rajajinagar Vysa Mantapa. She feels very grateful to all those scholars who rendered delightful discourses which made it possible for her to realise her ambition of writing the Mahabharata book. She never expected to see it in print.

PAGE-2

(16)

Efforts matched.

THOSE who have been reading the "City Beat column for years on end might recall an item that appeared in the **April 12, 1982** issue on an elderly housewife who wrote a voluminous discourse on entire Mahabharatha.

Mrs.S V Nagarathnamma, then 60 years old, had got her 800-page book Published, becoming the first woman in the State to have written on all the Chapters of the Mahabharatha. She had voiced the that she would be able to achieve a similar feat with the Ramayana.

Well, she's done it. Last week she got her "Shri Ramayana Sangrahamala" Published.

ಶ್ರೀಮತಿ ಎಸ್. ವಿ. ನಾಗರತ್ನಮ್ಮನವರ

"ಶ್ರೀಮದ್ರಾಮಾಯಣ ಸಂಗ್ರಹಮಾಲ"

ಕೃತಿಯ ಬಿಡುಗಡೆಯ ಸಮಾರಂಭ

ಪುಸ್ತಕ ಬಿಡುಗಡೆ :

ಡಾ॥ ಕೆ. ಎಂ. ಕೃಷ್ಣರಾವ್

ನಿವೃತ್ತ ಕನ್ನಡ ಪ್ರಾಧ್ಯಾಪಕರು

ಉಸ್ಮಾನಿಯ ವಿಶ್ವವಿದ್ಯಾಲಯ, ಹೈದರಾಬಾದ್

ಕೃತಿ ಪರಿಚಯ :

ಶ್ರೀ ರಾಮಚಂದ್ರಶರ್ಮ ತ್ಯಾಗಲಿ

ಸಂಸ್ಕೃತ ಅಧ್ಯಾಪಕರು

ಕಾರ್ಯಕ್ರಮ :

ದಿನಾಂಕ : 4–7–1991 ಗುರುವಾರ, ಸಂಜೆ 7–00 ಗಂಟಿಗೆ

ಸ್ಥಳ :

ಕುಮಾರವ್ಯಾಸ ಮಂಟಪ, 4ನೇ ಬ್ಲಾಕ್

ರಾಜಾಜಿನಗರ, ಬೆಂಗಳೂರು–560 010

ಕಾರ್ಯಕ್ರಮಕ್ಕೆ ತಮಗೆಲ್ಲಾ ಆದರದ ಸ್ವಾಗತ

ಪ್ರಕಾಶಕರು

"ಶ್ರೀಮದ್ರಾಮಾಯಣ ಸಂಗ್ರಹಮಾಲ"

CITY BEAT

Effort matched

THOSE who have been reading the "City Beat" column for years on end might recall an item that appeared in the April 12, 1982 issue on an elderly housewife who wrote a voluminous discourse on the entire Mahabharata.

Mrs. S.V. Nagarathnamma, then 60 years old, had got her 800-page book published, becoming the first woman in the State to have written on all the 18 chapters of the Mahabharata. She had voiced the hope that she would be able to achieve a similar feat with the Ramayana.

Well, she's done it. Last week she got her "Srimad Ramayana Sangrahamala" published.

DECCAN HERALD,

Monday, July 29, 1991

(17)
ಶರಣರ ಸುವಾಸಿನ ಬಳಗ
ಹೊಸಪೇಟೆ

ಶ್ರೀಮತಿ ಎಸ್.ವಿ.ನಾಗರತ್ನಮ್ಮ ಇವರ 'ಶರಣ ಪ್ರಭೆ' ಧಾರ್ಮಿಕ ಸಾಹಿತ್ಯಕ್ಕೆ ಮತ್ತೊಂದು ಹೊನ್ನಗರಿ, ಸಾಮಾಜಿಕ ಹಾಗೂ ಕೌಟುಂಬಿಕ ಸಾಹಿತ್ಯ ರಚಿಸುವುದರಲ್ಲಿ ಸೀಮಿತವಾಗಿರುವ ಇಂದಿನ ದಿನಗಳಲ್ಲಿ ಮಹಿಳೆಯರು ಪುರಾಣೇತಿಹಾಸ ಬರವಣಿಗೆಗಳಲ್ಲಿ ತೊಡಗುವುದು ಅಪರೂಪ ಸುದೀರ್ಘ ಅಧ್ಯಯನ ಕೈಗೊಂಡು ಅದನ್ನು ಸಂಪೂರ್ಣ ವಿಶ್ಲೇಷಿಸಿ ವೈವಿಧ್ಯತೆಯಿಂದ ಅವರ ರಸಾಯನವನ್ನು ಸರಳೀಕೃತಗೊಳಿಸಿ ಧಾರ್ಮಿಕ ಆಸಕ್ತರಿಗೆ ರಸದೌತಣವನ್ನು ನೀಡುವ ಕುಶಲತೆ ಪಡೆದಿರುವವರು.

ಅದರಲ್ಲೂ 73 ರ ಇಳಿ ವಯಸ್ಸಿನಲ್ಲೂ ಬಾಲ್ಯದಲ್ಲಿ ಪಡೆದ ಸಂಸ್ಕಾರದ ಸಾಧನೆ ಮತ್ತು ಅಧ್ಯಯನದಿಂದ ಧಾರ್ಮಿಕ ಕೃತಿ ರಚನೆಗಳಲ್ಲಿ ತಮ್ಮನ್ನು ತೊಡಗಿಸಿಕೊಂಡಿರುವ ಶ್ರೀಮತಿ ನಾಗರತ್ನಮ್ಮನವರು ಸಿದ್ಧಹಸ್ತರು. ಅವರಿಂದ ರಚನೆಯಾಗಿರುವ ಶ್ರೀಮದ್ ರಾಮಾಯಣ ಸಂಗ್ರಹಮಾಲಾ, ಶ್ರೀ ಸಾಮಾನ್ಯರಿಗಾಗಿ ಮಹಾಭಾರತ, ಭಾಗವತ ರಸಾಯನ, ಹರಿವಂಶ ಭಕ್ತಿಸಾಹಿತ್ಯದ ಕೃತಿಗಳು ಸಾರಸ್ವತ ಲೋಕಕ್ಕೆ ವಿಶಿಷ್ಟ ಕಾಣಿಕೆ, ಪುರಾಣ ಪುರುಷರ ತಪೋಯುಷಿಗಳ ಕಲ್ಯಾಣಕಾರಕವಾದ ದಿವ್ಯತೆಗಳಲ್ಲಿರುವ ಶ್ರದ್ಧೆ, ಭಕ್ತಿ, ಗೌರವ, ಸಂಸ್ಕಾರಗಳ ಆತ್ಮಶ್ರೀಯ ನಾಗರತ್ನಮ್ಮನವರು ರಚಿಸಿರುವ ಕೃತಿಗಳಿಂದ 'ಪುರಾಣ ಬರಹಗಾತಿ; ಎಂದು ಪ್ರಸಿದ್ಧರಾಗಿದ್ದಾರೆ.   ಅವರ ಕೃತಿಗಳನ್ನು ಓದಿದವರಿಗೆ ಆನಂದಾನುಭೂತಿಯಾಗುತ್ತದೆ. ಆತ್ಮಾನಂದವಾಗುತ್ತದೆ, ಬರೆಯುವ ಶೈಲಿ ಸರಳ ಸುಮದರ.

ಪ್ರಚಲಿತ ಸಾಹಿತ್ಯ ಪ್ರಕಾರಗಳಿಗೆ ಸಿಕ್ಕ ಪ್ರೋತ್ಸಾಹ ಆಧ್ಯಾತ್ಮಿಕ ಕೃತಿಗಳಿಗೆ ಸಿಗುವುದಿಲ್ಲ. ಅದರಲ್ಲೂ ಮಹಿಳೆಯರು ಧಾರ್ಮಿಕ ಕೃತಿ ರಚಿಸಿದರೆ ಸಂಪ್ರದಾಯಸ್ಥರು ಅಷ್ಟಾಗಿ ಮನ್ನಣೆ ಮಾಡುವುದೂ ಇಲ್ಲವೆಂಬ ನೋವನ್ನು ಸ್ವತ ಅನುಭವಿಸಿರುವ ಲೇಖಕಿ, ಮೌನತಪಸ್ವಿ– ತ್ರಿಕಾಲ ಜ್ಞಾನಿ ಮಹಾಮಹಿಮ ಶ್ರೀ ಚನ್ನವೀರ ಶರಣರ ಪಾವನ ಚರಿತ್ರೆಯಾದ 'ಶರಣ ಪ್ರಭೆ'

ರಚನೆ ಶರಣರ ಅಂತಃಕರಣದ ಮೂಲ ಪ್ರೇರಣೆಯೇ ಕಾರಣವೆನ್ನುವ ಲೇಖಕಿಯರ ಅಂತರಾಳದ ಸೌಜನ್ಯದ ಮಾತು.

ಸಾಹಿತ್ಯಾಭ್ಯಾಸಾರಂಭದಿಂದಲೂ ಧಾರ್ಮಿಕ ಸಾಹಿತ್ಯ ಬರವಣಿಗೆಯಲ್ಲಿ ಸುಸಂಸ್ಕೃತ ಸಂಸ್ಕಾರ ರೂಢಿಸಿಕೊಂಡ ಶ್ರೀಮತಿ ನಾಗರತ್ನಮ್ಮನವರು ಪ್ರಸ್ತುತ ಬೆಂಗಳೂರಲ್ಲಿ ಮಕ್ಕಳು, ಮೊಮ್ಮಕ್ಕಳೊಂದಿಗೆ ತುಂಬು ಜೀವನದಲ್ಲಿಯೇ 'ಗುರು ಹಿರಿಯರ ಆಶೀರ್ವಾದವಿದ್ದರೆ ಯುವ ಪೀಳಿಗೆಗೆ ಸಂಪಾದಿಸುವ ರೀತಿಯಲ್ಲಿ ಭಾರತೀಯ ಪ್ರಾಚೀನ ಸಂಸ್ಕೃತಿ ಸಾಹಿತ್ಯವನ್ನು ರಚಿಸಬೇಕೆನ್ನುವ ಹಂಬಲಕ್ಕೆ ಅಪೂರ್ವ ಚೇತನಶಕ್ತಿಗೆ ಶ್ರೀ ಚನ್ನವೀರ ಶರಣರ ಅಂತಃಕರಣದ ಆಶೀರ್ವಾದ ವರಪ್ರಸಾದವಾಗಲೆಂದು ಶ್ರೀ ಹಂಪೆಯ ಪುರದರಸ ಶ್ರೀ ವಿರೂಪಾಕ್ಷನ ಕೃಪೆಯಿರಲೆಂದು ನಮ್ಮ ಪ್ರಾರ್ಥನೆ.

ಅಂಬಿಕಾ

ಮೌನತಪಸ್ವಿ – ತ್ರಿಕಾಲಜ್ಞಾನಿ – ಮಹಾಮಹಿಮ

ಚಿಕೇನಕೊಪ್ಪ ಶ್ರೀ ಚನ್ನವೀರ ಶರಣರ ಪಾವನ ಚರಿತೆ

ಶರಣ ಪ್ರಭೆ

ಎಸ್. ವಿ. ನಾಗರತ್ನಮ್ಮ

(18)
ಲೇಖಕಿಯರ ಆದರದ ಅರ್ಪಣೆ

ಶಿವಭಕ್ತ ಶಿರೋಮಣಿ ಚಿಕೇನಕೊಪ್ಪದ ಶ್ರೀ ಚನ್ನವೀರ ಶರಣರು ಸುಸಂಗತವಾದ ಕ್ರಿಯಾಶಕ್ತಿ, ಇಚ್ಛಾಶಕ್ತಿ, ಅವರ ನಡೆದ ಒಂದೊಂದು ಹೆಜ್ಜೆ ಜಿನ್ನತ್ಯದ ಶಿಖರ ಶ್ರೇಣಿ, ಅವರು ತೋರಿಸಿರುವ ಧರ್ಮ ತತ್ವಗಳೆಲ್ಲವೂ ಒಂದೊಂದು ಗ್ರಂಥವಾದರೂ ಸಾಲದಂತಿರುವಾಗ ಕೆಲವೆ ಘಟಗಳಲ್ಲಿ ಅವರ ಅನಂತ ಮಹಿಮೆಗಳನ್ನು ಚಿತ್ರಿಸುವುದೆಂದರೆ ಇದೊಂದು ಅಪೂರ್ಣ ಸಾಧನೆ ಭಗವಂತನು ಭಕ್ತರು ಭಾವಪೂರ್ಣತೆಯಿಂದ ನೀಡಿದ ಬಿಂದು ಗಂಗೋದಕವನ್ನೇ ಆನಂದದಿಂದ ಸ್ವೀಕರಿಸುತ್ತಾನೆಂಬ ದಾಸವಾಣಿಯಂತೆ ಶರಣರು ಅನುಗ್ರಹಿಸಿದ ಈ ಕೃತಿಯೇ ಸಾಕ್ಷಿ.

ಪೂಜನೀಯ ಮಹಿಮೆಗಳ ಪುಷ್ಪಗಳಲ್ಲಿ ಒಂದು ದಳವನ್ನು ಅವರ ಶ್ರೀ ಚರಣಗಳಿಗೆ ಸಮರ್ಪಿಸಿದರೂ ಶ್ರೀ ಚನ್ನವೀರ ಶರಣರು ಸಂತೋಷಾಂತ ರಂಗದಿಂದ ಹರಸುತ್ತಾರೆಂಬ ಭಾವದಿಂದ ಈ ಕೃತಿ ಮೂಡಿ ಬಂದಿರುವುದು ಅಪೂರ್ವ ಘಟನೆ ಆಶ್ಚರ್ಯ, ವಿಭೂತಿಪುರುಷ, ಶ್ರೀ ಚನ್ನವೀರ ಶರಣರ "ಶರಣಪ್ರಭೆ" ಅವರ ಅಂತಃಕರಣದ ಪ್ರೇರಣೆ.

ಶ್ರೀ ಚನ್ನವೀರ ಶರಣರ ಮುಖದರ್ಶನ ಲಭ್ಯವಿಲ್ಲದೆ ಅವರು ನಡೆಸಿದ ಒಂದೊಂದು ರಸಘಟನೆಗಳನ್ನು ಮನನ ಮಾಡಿದಾಗ ಆ ದಿವ್ಯಮೂರ್ತಿ ಎದುರು ನಿಂತು ಸ್ಫೂರ್ತಿ ತುಂಬಿದಂತೆ ಭಾಸವಾಗುತ್ತಿತ್ತು. ಬೆರಗು ನೀಡಿತ್ತು. ತಾನೇ ತಾನಾಗಿ ಕೃತಿ ರಚನೆಗೆ ಸಫೂರ್ತಿ ನೀಡುತ್ತಿತ್ತು. ಅವರ ಮಹಿಮಾ ಕೃತಿ ಸಮಸ್ತರ ಮಂಗಳ ಮನದರಮನೆಗಳಲ್ಲಿ ನೆಲಸಿ ಬೆಳಗಿತೆಂದರೆ ಆಗ ಪಟ್ಟ ಅಲ್ಪಕಾಯಕ ಸಾರ್ಥಕಗೊಂಡಿತೆಂಬ ಹರ್ಷ.

ಮಹಾಯೋಗಿ ಪುರುಷ ಶ್ರೇಷ್ಠ ಶರಣ ಶಿರೋಮಣಿ ಶ್ರೀ ಚನ್ನವೀರರ ಪವಿತ್ರ ಜೀವಿತದ ಮಹಾನ್ ಚರಿತ್ರೆಯು ಮಹಾಮಡಿವಂತಿಕೆಯ ಗ್ರಂಥವೆಂದೇ ಹೇಳಬೇಕು. ಸಕಲ ಸುಜೀವಿಗಳಿಗೂ ಸಂಜೀವನಿಯಂತಿದ್ದು, ತಮ್ಮ ಸಕಲ ಕಾಮನೆಗಳನ್ನು ತೃಜಿಸಿ ತನ್ನ ಕಕ್ಷೆಯಲ್ಲಿ ಬರುವವರೆಲ್ಲರಿಗೂ, ಇಡಿಯಾಗಿ ಸಮಾಜಕ್ಕೂ ಕಾಮಧೇನು — ಕಲ್ಪವೃಕ್ಷಗಳಂತೆ ಇಷ್ಟಾರ್ಥಗಳನ್ನು ಈಡೇರಿಸಿ ಕೊಡಲಿಕ್ಕಾಗಿಯೇ ತಮ್ಮ ನಿತ್ಯ ಶಿವಕಾಯಕ ಮೀಸಲಾಗಿರಿಸಿ

ಮಾತೃವಾತ್ಸಲ್ಯದ ಮಹಾಮಹಿಮರ ಈ ದಿವ್ಯ ಚರಿತ್ರೆಯನ್ನು ಯಾರು ಶ್ರದ್ಧಾಭಕ್ತಿಯಿಂದ ಶ್ರವಣ ಪಠಣಾದಿಗಳಿಂದ ಆರಾಧಿಸುವರೋ ಅವರನ್ನು ಶ್ರೀ ಶರಣರ ವಾತ್ಸಲ್ಯ ಎಡಬಿಡದೆ ಭದ್ರಕವಚದಂತಿರುತ್ತದೆಂದು ಪ್ರಮಾಣ ಸಿದ್ಧವಾದ ವಚನವೆಂದು ತಿಳಿಸಿ ಮಹಾಮಹಿಮ ತ್ರಿಕಾಲಜ್ಞಾನಿ ಮೌನ ತಪಸ್ವಿ ಶ್ರೀ ಚನ್ನವೀರ ಶರಣರ ಚರಣಗಳಿಗೆ ಈ ಆದರದ ಪುಷ್ಪ ಆರ್ಪಿತ.

ಎಸ್.ವಿ.ನಾಗರತ್ನಮ್ಮ

(19)

ಮುನ್ನುಡಿ

ಶ್ರೀಮಧ್ವಾಚಾರ್ಯರು ಜಗತ್ತು ಕಂಡ ಆಧ್ಯಾತ್ಮಿಕ ದಾರ್ಶನಿಕರು, ಸಕಲ ಶಾಸ್ತ್ರಗಳಲ್ಲಿನ ತಮ್ಮ ಪರಿಪೂರ್ಣ ಪಾಂಡಿತ್ಯದಿಂದ ಶ್ರೀಪೂರ್ಣಪ್ರಜ್ಞರೆಂದು ಹೆಸರಾದ ಮಹಾಮಹಿಮರು, ಅವರ ಜೀವನ ಹಾಗು ಕೃತಿಗಳಂತೆ ಅವರ ಸಿದ್ಧಾಂತ ಆನಂದ ಪ್ರಾಪ್ತಿಗೆ ಖಚಿತ ಸಾಧನ, ಸಮಗ್ರ ವೈದೀಕ ಪರಂಪರೆಯನ್ನು ಪುನರ್ಜೀವಗೊಳಿಸಿದ ಅಪೂರ್ವ ಸಾಧನೆ ಅವರದು. ಶ್ರೀವಾಯುದೇವರ ಪ್ರತಿ ಅವತಾರರೆಂದೆ ಪ್ರಸಿದ್ಧರಾದ ಶ್ರೀಮಧ್ವಾಚಾರ್ಯರ ಜೀವನ ಅತ್ಯಂತ ರೋಚಕವಾದದ್ದು.

ದಿ॥ ಶ್ರೀಮತಿ ಎಸ್.ವಿ.ನಾಗರತ್ನಮ್ಮನವರ "ಶ್ರೀಮಧ್ಗುರುರಾಜರ ಮನೋರಂಜಕ ಮಹಿಮೆ" ಕೃತಿ ನಿರೂಪಣ ಶೈಲಿ ಶ್ರೀಸಾಮಾನ್ಯರಿಗೂ ಸರಳವಾಗಿದ್ದು, ಸಜ್ಜನರಿಗೆಲ್ಲರಿಗೂ ಜಗದ್ಗುರುಗಳಾದ ಶ್ರೀಮಧ್ವಾಚಾರ್ಯರ ಮಹಿಮೆಯನ್ನು ತಿಳಿಸಲು ಹೊರಟಿದೆ. ಅವರ ಪ್ರಯತ್ನ ಯಶಸ್ವಿಯಾಗಿ ಆಸಕ್ತ ಜನರು ಶ್ರೀಮಧ್ಗುರುಗಳ ಮಹಿಮೆಯನ್ನು ತಿಳಿಯುವಂತಾಗಲಿ ಎಂದು ಹಾರೈಸುತ್ತೇನೆ.

ಡಾ॥ ವ್ಯಾಸನಕೆರೆ ಪ್ರಭಂಜನಾಚಾರ್ಯ

ಶ್ರೀಮಧ್ವಗುರುರಾಜರ ಮನೋರಂಜಕ ಮಹಿಮೆ

ಶ್ರೀಮತಿ ಎಸ್.ವಿ. ನಾಗರತ್ನಮ್ಮ

(20)

"ಪುರಾಣ ಬರಹಗಾತಿ" ಎಂದೇ ಪ್ರಸಿದ್ಧವಾಗಿರುವ, ಕನ್ನಡ ಲೇಖಕಿ ಶ್ರೀಮತಿ. ಎಸ್.ವಿ. ನಾಗರತ್ನಮ್ಮನವರ ಪ್ರಕಟಿತ ಆರನೇ ಕೃತಿ – "ಮಾಧವನ ಮಧುಚರಿತ್ರ ಮಹದ್ದರ್ಶನ". "ಶ್ರೀ ಸಾಮಾನ್ಯನಿಗೆ ಮಹಾಭಾರತ", "ಶ್ರೀಮದ್ರಾಮಾಯಣ ಸಂಗ್ರಹಮಾಲ", "ಭಾಗವತ ರಸಾಯನ, "ಹರಿವಂಶಾಮೃತ ಕಥಾಕಲಶ", "ಶರಣ ಪ್ರಭೆ" – ಇವರ ಇತರ ಪ್ರಕಟಿತ ಕೃತಿಗಳು. ಶ್ರೀಮತಿ. ನಾಗರತ್ನಮ್ಮನವರಿಗೆ ಬರವಣಿಗೆಯಲ್ಲಿ ಸುಮಾರು ಮೂರು ದಶಕಗಳ ಅನುಭವ. ಧಾರ್ಮಿಕ, ಆಧ್ಯಾತ್ಮಿಕ ಗ್ರಂಥಗಳನ್ನು ಆಳವಾಗಿ ಅಧ್ಯಯನ ಮಾಡಿ, ವಿದ್ವಾಂಸರ ಪ್ರವಚನಗಳನ್ನು ಕೇಳಿ, ವಿಷಯ ಸಂಗ್ರಹಿಸಿ ಬರೆಯುವುದು ಇವರ ಕ್ರಮಬದ್ಧ ಅಭ್ಯಾಸ. ಸರಳ ಕನ್ನಡದಲ್ಲಿ, ಕ್ಲಿಷ್ಟ ವಿಷಯಗಳನ್ನೂ ಕೂಡ ಸುಲಭವಾಗಿ ಓದುಗರ ಮನ ಮುಟ್ಟುವಂತೆ ಬರೆಯುವುದರಲ್ಲಿ ಇವರು ಸಿದ್ಧ ಹಸ್ತರು.

ಶ್ರೀ ಮಧ್ವಾಚಾರ್ಯರ ಮಹಾಭಾರತ ತಾತ್ಪರ್ಯ ನಿರ್ಣಯ ಮಹಾಗ್ರಂಥದ ಆಧಾರದ ಮೇಲೆ, ಸರಳ ಭಾಷೆಯಲ್ಲಿ ರಚಿಸಿರುವ ಈ "ಮಾಧವನ ಮಧುಚರಿತ್ರ ಮಹದ್ದರ್ಶನ" ಕನ್ನಡಿಗರೆಲ್ಲರಿಗೂ ತಪ್ಪದೆ ಓದಲೇಬೇಕಾದ ಉತ್ತಮ ಕೃತಿ.

THE HINDU Tuesday, August 31, 1999
BOOK REVIEW
KANNADA

Shri Madhavana Madhucharitra
Mahaddarshana: S. V.Nagarathnamma

The Book gives the characteristic features of Dwaitha philosophy and its importance and popularity. Written in a popular style, the facts are arranged chronologically.

Based mainly on the Sanskrit work "Mahabharata Tatparya Nirnaya" of Sri Madhvacharya which is a monumental authoritative interpretation conveying the essence of the Mahabharata, this work follows the original and clarifies by coordinating the facts and explaining the subtler meaning. The Ramayana also has been explained as an adjunct to this work at first, as the truths therein corroborate the essence of the Mahabharata.

The book tells the readers how several gods incarnated as human beings as per the will of Sri Krishna for the protection of the virtuous and for the establishment of Dharma. Though they incarnated for His service only, they committed "asuri" deeds for the destruction of the "Daytyas" without their volition and through the guidance of the

Supreme being. Madhvacharya has described these secrets in an inimitable and intuitive manner.

We find a blend of knowledge and devotion in this work. The author has consulted several works as well as relied on knowledge acquired from hearing scholarly lectures.

As this is a publication based on the Sanskrit original which is not easily understood by the laymen, this one will be welcomed by them. Though the headings of the topics are given in the body of the work, these could also have been given as the contents page, the omission of which is glaring.

A.S. Kedilaya

ಶ್ರೀ ಮಾಧವನ ಮಧುಚರಿತ್ರಾ, ಮಹದ್ದರ್ಶನ

ಎಸ್.ವಿ. ನಾಗರತ್ನಮ್ಮ

THE HINDU 31-08-1999 DVV

KANNADA

SHRI MADHAVANA MADHUCHARITRA MAHADDARSHANA: S. V. Nagarathnamma; Published by the author, 240, 53rd 'C' Cross, III Block, Rajajinagar, Bangalore-560010. **Rs. 110.**

THE BOOK gives the characteristic features of Dwaita philosophy and its importance and popularity. Written in a popular style, the facts are arranged chronologically.

Based mainly on the Sanskrit work, "Mahabharata Tatparya Nirnaya" of Sri Madhvacharya which is a monumental, authoritative interpretation conveying the essence of the Mahabharata, this work follows the original and clarifies by coordinating the facts and explaining the subtler meaning. The Ramayana also has been explained as an adjunct to this work at first, as the truths therein corroborate the essence of the Mahabharata.

The book tells the readers how several gods incarnated as human beings as per the will of Sri Krishna for the protection of the virtuous and for the establishment of Dharma. Though they incarnated for His service only, they committed "asuri" deeds for the destruction of the "Daityas" without their volition and through the guidance of the Supreme Being. Madhvacharya has described these secrets in an inimitable and intuitive manner.

We find a blend of knowledge and devotion in this work. The author has consulted several works as well as relied on knowledge acquired from hearing scholarly lectures.

As this is a publication based on the Sanskrit original which is not easily understood by the laymen, this one will be welcomed by them. Though the headings of the topics are given in the body of the work, these could also have been given as the contents page, the omission of which is glaring.

A. S. KEDILAYA

(22)

The Hindu Tuesday, September 10, 1991
Kannada

Srimadramayana Sangrahamala

– Written by S V Nagarathnamma

The importance of the sacred book, Ramayana is well known. It has been composed through the vision of the sage Valmiki. It has moulded the values of life of one and all of this land from time immemorial, the Ramayana which has won the acclaim of the intellectuals of the world, has been composed in Kaaya form also.

Shrimathi Nagarathnamma who has already written the story of Mahabharatha in a popular style has now composed this volume. Srimad Ramayana Sangrahamala, meaning an abridged Ramayana. Here she has written in flowing easy Kannada, the story of Ramayana, having digested the Ramayana in original as well as the essence of the other related works.

Though the story of Ramayana is well known, the author's prose style is quite interesting and the presentation novel. THERE IS NO DOBT THAT THIS BOOK ALSO WILL WIN POPULARITY AMONG THE KANNADA MASSES.

A.S. Kedilaya

ಶ್ರೀಮದ್ರಾಮಾಯಣ ಸಂಗ್ರಹ ಮಾಲ
ಶ್ರೀಮತಿ. ಎಸ್.ವಿ. ನಾಗರತ್ನಮ್ಮ